दौड धोप मुलुख

मनोज अंकुशराव शिंदे

Cover Design: Abhishek Jadhav
Cover Model: Deva Gadekar
Author Photograph: Tejas Sawant

Made with ♥ on the Notion Press Platform. www.notionpress.com

काट्यानी वरबाडलेल्या मावळ्यांच्या आंगाला आदरानी स्पर्श करून अन त्यांच्या पायातल्या असंख्य कुरपांचं दर्शन घेऊन एक रात मी माझ्या कल्पनेतल्या एका मराठा घोडदळातल्या गना नावाच्या घोड्यासंगं सह्याद्रीच्या पावन कडेकपारित घुमत काढली. त्या राती गनानि सांगितलेल्या त्याच्या कैक मोहिमान पैकी एक मोहीम म्हंजी 'दौड धोप मुलुख'.

मनोज अंकुश शिंदे

कंबर कसून अन पाठीला शिदोरी अडकून नित्य नियमानी गडकोटांची सेवा करीत आपल्या मातीचा इतिहास जोपासनाऱ्या साऱ्या शिव भक्तांला समर्पित.

प्रस्तावना

इतिहासातील शिव भक्ती - शक्ती ने तुडुंब भरलेले एक पान म्हणजे "दौड धोप मुलूख" ही कादंबरी लेखक,दिग्दर्शक मनोज अंकुशराव शिंदे सरांच्या रांगड्या भाषेतील त्या बुरुजावरून फेकून दिलेल्या बाजीरावाच्या मुलाच्या रक्ताच्या थेंबाने दगडावर भगवा उमटावा तसा कादंबरी वाचून मनावर पराक्रमी मावळ्यांच्या शौर्याचा आणि बलिदानाचा ठसा उमटून जातो.

अनेक इतिहासकारआणि कादंबरी कार ऐतिहासिक घटनांचा आधार घेवून शिवकालीन इतिसाहासतील प्रसंगाचे आधार घेवून आपल्याला इतिह्सात घेवून जातात. मात्र मनोज शिंदे सरांच्या "दौड धोप मुलूख" या कादंबरीचे विशेष हे आहे की ही कादंबरी वाचताना प्रत्येक वेळी आपण चित्रपट पाहत असल्याचा मला भास झाला. कारण एवढे सहज आणि सुंदर र्वणन सरांच्या लेखणीमधून आले आहे. की त्या प्रत्येक प्रसंगाचे आपण साक्षी आहोत असेच वाटते.

या काल्पनिक शौर्य गाथेतील सर्व पात्रे वाचकाच्या मनावर राज्य करायला लागतात. कारण बाजीराव आपल्या आई बापाला अन बायका पोरांना डोळ्या समोर मारताना लढण्याचे बळ असूनही एक संदेश राजा पर्यत पोहचवायचा म्हणून लाकडाच्या फासाखाली शांत बसतो. तर गंगा आपल्या आईची आब्रू गनिमां कडून लुटली जाऊ नये म्हणून स्वतः गळा कापून तिला मारते, तर हनमा आपल्या राकट लाल मातीच्या कुस्तीचा पहिलवान ४ शेगदाणे आन सुपारीच्या खांडा एवढ्या गुळान भुखेची धोपी पछाड करून गनीमाच छाताड फोडून लढत राहतो. अन कृष्ण भक्तीत लीन असलेला धना अनेक मंदिरे अन मूर्त्यांना गनिमा कडून तोडताना फोडताना पाहून भित्रे पणाला फेकून लढाईत मावळ्यांना उपचार आणि पाणी देण्याचे काम करतो. तर रायबा आपल्या परसू कुऱ्हाडी ची छाप गनीमाच्या भाळावर कोरून मरणाशी हाथ मिळवणी करून काळ्या म्हलारी च्या दांडपट्याच्या येळकोट येळकोट ला हर हर महादेवची साथ देतो. तर रखमाच्या कमरेचा पट्टा गनीमाच्या नरडीचा घोट घेवून बापूच्या साथीला शिवा,अन अनेक मावळ्याच्या

हिमतीला बळ देते.

गनिमाकडून हिंदू देव देवतांच्या मंदिरांची होत असलेली विटंबना, आया बहिणींच्या आब्रू ची लक्तरे अन धर्मांतराची जबरदस्ती या साऱ्या यातनांना सहन करून संपवण्याची जिद्द उराशी बाळगून मरण स्वीकारणाऱ्या प्रत्येक मावळ्याची ही गोष्ट आहे.

छत्रपती शिवाजी महाराजांना एक वेळ पाहण्यासाठी जीवाचं रान करणाऱ्या मावळ्याची,स्वप्नात शिव भेट करणाऱ्या बापू नायकाची "दौड धोप मुलूख"ही गोष्ट एकदा वाचाच.

किशोर गायकवाड

देव मस्तकी धरावा। अवघा हलकल्लोळ करावा।
मुलुख बुडवावा की बडवावा। स्वराज्या कारणे।
समर्थ श्री रामदास स्वामी

मुगली जुल्मानी पोखरून रिता झालेल्या ह्या गावाची पार भकासवाडी व्हऊन बसली होती. गावाच्या मधोमध एक भला मोठालट पांढऱ्या मातीचा उच बुरुज़ यटूळा घालून बसला होता. तेव बुरुज़ दिसायला लयी भेसूर होता. एखाद्या राक्षसावनि तेव बुरुज़ दिवसभर ह्या हम्बरलेल्या गावाला न्याहाळत बसत होता. दुपारच्या उन्हाच्या तडाक्यात बुरुज़ाच्या भिंतीवरचे रक्ताचे शितूडे ठळक दिसत होते. अन ते शिटूडे गावकऱ्यांच्या डोळ्यात गरम तेलाच्या धारीवनी शिरत होते.

गाव मुगलाच्या ताब्यात असल्यामुळं ह्या बुरुज़ावर मुगलशाहीचा हिरवा झेंडा भी लागल्याला होता. धर्माच्या नावा खाली आपल्या डोळ्यापुढं रोज़ होनारी काफिरांचि कापाकापी बघून तेव झेंडा पार रडकुंडी आला होता. फुगीरवनि फडफड करित गावाला धाक दाखिनारी त्याची धधक आता शर्मीनं पार फुपाटा झाली होती. आता किती भी वारं आलं तरी तेव झेंडा आपले डोळे मिटून गप पडून ऱ्हायचा. अन आपलं सारं आंग काठीला घट्ट चिटकुन आपलं तोंड चोरावनि झाकून दिवसभर मुकाट्या बसून ऱ्हायचा. त्या झेंड्या वरचा मुगली सिंह भी आता एक फोपसं बोकूड होऊन बसला होता.

ह्या ‘काफिर’ गावाचं ‘काफिर’ वारं, ‘काफिर’ पानी, ‘काफिर’ दिवस अन ‘काफिर’ रात मुगलानी कव्हाच कापून काढली होती. पन अचानक यऊन अन राहुट्या पाडून बसलेल्या चार शिपह्यांला बघून साऱ्या गावाला आजून धास्ती भरली होती.

दुपारच्या कोरड्या उन्हात बुरुज़ डुलकी घेत होता. अन तिथच त्याच्या सावलीत आपल्या जिवाच्या काळजीनि खंगलेले दोन धसमुसळे म्हतारे गप्पा हानित होते. त्या बुरज़ाच्या सावलीसंगं अन त्याच्या बुडाला पसरलेल्या घानेरीच्या झुडपासंगं ह्या म्हताऱ्यांचं वडिलोपार्जित नातं होतं.

‘ते नुसते देवळं पाडीत सुटलेत. अन सारिकडं अलीचं निशान फिरवित सुटलेत. देवा शप्पत. हे खोटं नही बरं? खोटं नही.’, कुबडं म्हातारं पानावलेल्या डोळ्यांनी बघत त्याच्या बारीक पानावलेल्या आवाज़ात म्हनलं.

‘गढावून आलेले कही ज़नं म्हनत होते का काशीवर अवकळा पसरली ज़नु.

अन मथुरेची भी मशीद झाली ज़नु.', दुसरं म्हातारं सुपारी चघळीत चघळीत त्याच्या कपकपत्या आवाज़ात म्हनलं.

'अय ज़नू? कोन म्हनलं रे तुला असं?'

'बाजीरावचं म्हतारं सांगत होतं. मोघाशी जेवता जेवता.'

'आपलं देऊळ एका खसक्यात पाडलं म्हनल्यावर तिकडचे देवळं सोडले असतेन व्हय त्येन्ही?'

गप्पा मारीत मारीत दोघं भी म्हातारे एकमेकांच्या मनावर गनिमानी पाडलेल्या चिरा सारीत होते.

सकाळच्या कवळ्या उन्हात गोठ्या बाहेर पटकन येऊन तटकन आपलं धड पसरून चारा चघळत बसनारी बाजीरावची लाडकी गाभन गाय काल सकाळ पासून कधीनयि ती अचानक गळून पडली होती. दावन सोडलं तरी भी ती गोठा सोडीना. उन्हात जायना. पानी प्यायना. आंघुळ घालू द्यायना. हंबरत भी नव्हती अन गुरत भी नव्हती बाजीरावची लाडकी गाय. तिला असं बघून बाजीरावच्या मायच्या आंगात भी काप सूटला होता. तीना अंगनाच्या झुडपात लपून लावलेली तुळशीची वल्ली माती आनुन गायीच्या कपाळावर, पाठीवर, पोटावर सारीकडं मळिली होती. बाजीराव भी सातआठ दिसा पसून घरी आला नव्हता. अन त्याचा कही पत्ता भी लागत नव्हता. गायीच्या अन पोराच्या इचारानी ती म्हातारी धापायला लागली होती. त्याच्यामुळं ती आतल्या देव्हार्यापशी गेली अन तांब्याच्या महादेवाच्या पिंडीपुढं तेलाचा दिवा लाऊन तिथच रांगुळी शेजारी जप करीत बसली.

त्या दिवशी बाजीरावच्या बायकोनी भी दिवसभर शंकराचा जप केला होता. पन तरी भी गायीला कही फरक नव्हता पडला. अन बाजीरावची भी कही खबर नव्हती आली. रागं रागं त्याच्या बायकोनि परातीत पानि घेऊन त्या पितळाच्या महादेवाच्या पिंडीला त्या पान्यात बुडून टाकलं होतं.

'ज़व्हर मपला नवरा सुखरूप घरी येत नही. अन ज़व्हर मपली गाय नीट होत नही. तव्हर मी बघते तू कसा बाहेर येतो ते.' बाजीरावची बायको महादेवाला म्हनली.

महादेवाला असं म्हनतानि तिच्या घशात आउंढा दाटून आला होता.

बाजीरावचं सहा वर्षाचं पोरगं आज बोरीवरच्या पाचपिंग्याला धरुन त्याच्या गळ्यात दोरा बांधून त्याच्या माघं पळायचं इसरलं होतं. छोट्या गाडग्यात बोरीचा पाला टाकून त्याच्यात ठुल्याले पाचपिंगे त्या पोराची दिवस भर वाट बघत बसले होते.

बाजीरावची नऊ वर्षाची पोरगी भी घरा माघच्या मुंग्यांच्या वारूळाकडं आज गेलीच नव्हती. ती नुसती गायीला मिठी मारून बसली होती. एकमेकांला चिटकलेल्या बोगद्या सारख्या पोकळ्यांमधी वारुळातल्या मुंग्या दिवसभर भाताच्या गोळ्याची वाट बघत येरझारा घालीत होत्या.

त्या राती घरात कोन्हीच जेवलं नव्हतं. दोन्ही लेकरं आपल्या आज्याच्या मांडीवर रडून रडून तशेच उपाशी पोटी झोपी गेले होते. असं वाटत होतं का त्यांच्या चिमुकल्या डोळ्यांला उद्याचा येनारा दिवस आधीच दिसला होता का काय कनू.

लेकरांनला आत सोडून बाजीरावचा बाप रात भर आपली धोप जवळ घेऊन बगर टेम्ब्याचाच दारात घोंगडी टाकून बसला होता. त्याला कशाची झोप लागती. मराठ्यांच्या सैन्यातला खंडेकरी तेव. सैन्यात होता तव्हा तेव आपल्या खंडाला लयी जपत होता. त्याच्या खंडाच्या मुठीला नक्षीदार तांब्याच्या हत्तीचं मुंडकं होतं. तेव लयी तापड अन गरम डोक्याचा होता. एका मोहिमेत खंडा फिरीत फिरीत दगडात पाय अडकून पडल्यामुळं गनीम त्याच्या आंगावर आलं होतं. त्याच्यात त्याचा डावा डोळा अन मांडी पसून डावा पाय गेल्यामुळं आता तेव घरीच बसून होता. नही तर आता भी तेव महाराज म्हनतेन तिकडं आपल्या खंडाचं सुदर्शन चक्र बनून गनीम कापीत फिरला असता.

हे गाव मुगलांच्या ताब्यात गेल्या नंतर बाजीरावच्या बापानी मुगलांची माफी माघून त्यांची वफादारी पत्करली होती. बाजीरावच्या बापावर विश्वास ठेऊन मुगल सरदारानी त्याची माफी कबुल केली होती. अन पोटा पान्याच्या सोयी पायी बाजीरावला भरती करून घेतलं होतं. बापावनिच तापड डोक्याचा अन कामाला चिवट बाजीराव आपल्या लेकरा बाळा पायी मुगलांच्या हाता खाली दिवस रात

घाम गाळीत होता.

आपल्या पोराच्या परतीचं काटेरी सपान बघत बाजीरावच्या बापानी आख्खी रात संपीली होती. पन बाजीरावला घेऊन येनारी दारा पुढची वाट आजुन भी मोकळीच होती.

***

बाजीरावच्या गाभन गायीची घुसमट बघून साऱ्या गावात ज्या गोष्टीची कुजबुज चालू झाली होती, ते सारं सूर्यनारायन डोक्यावर यता यता खरं झालं होतं.

दुपारच्या डसक्या उन्हानी साऱ्या सावल्या आंगाखाली लोटल्या होत्या. चोरावानी आपलं तोंड झाकून बसलेल्या झेंड्या खाली मुगल शिपद्यांनी बाजीरावच्या आई, बाप, बायको, पोरगं अन पोरीला उघडं करून त्यांच्या डोळ्याला कापड बांधून त्यांचे हात माघं बांधून बुरुज़ाच्या कडाला उभं केलं होतं.

बुरुज़ा खाली सारं गाव आपली मान खाली घालून गडीचिप होऊन उभं होतं. त्याच्यात म्हातारे कोतारे, लहान मुलं मुली अन कही गरोदर पोऱ्ही भी उभ्या होत्या. साऱ्या गावाचा वाचा बसला होता. लहान लहान लेकरं शेळ्यावनि एकामेकाला चिटकून उभे होते.

मुगलांनी उपटून टाकलेल्या वीरगळ अन सतीशिळांच्या मोठ्या ढीगाऱ्यावर यटूळा घालून बसलेलं एक वासरू आपले पानावलेले डोळे बारीक करून त्या लेकरांकडं बघत होतं.

गावकऱ्यांच्या काळजाचे ठोके जरा दम घेतच होते, का तितक्यात गावाच्या छातीवर उधळत येनाऱ्या मुगली घोड्यांच्या टापा कानावर पडल्या.

चाळीशीत असलेला गोरापान अफगान मुगल सरदार बिलाल खान आपल्या दहा घोडस्वार हशमांसंगं येऊन बुरुज़ा खाली थांबला. त्याला बघून लोकांला अजून धसका भरला. बिलालचं नाक कपाळा पसून व्हटापोत चिटकलेल्या चपट्या नळीवनि होतं. जाड भोवयांमधी लपलेले त्याचे बारीक चपटे डोळे त्याच्या नाकाच्या नळीपसून थोडे लांब लांब होते. त्याच्या कपाळाचं मोठं टेपर, लोम्बकळत असलेल्या त्याच्या कानाच्या जाड पाळ्या, धडाला चिटकल्यालं त्याचं गोल डोकं,

बगर मिशीचे होट अन लांब काळ्या दाढीमुळं बिलाल खान एका मंगोली बोकड्यावनि दिसत होता.

बिलाल खान उंचीनी छोटा अन अंगानी गुळगुळीत जरी असला तरी डोक्यानी तेव लयी शातीर अन निष्ठुर होता. नुसत्या तलवारीच्या जोरावर धाक दाखून गोर गरीब हिंदूंला मुसलमान करन्यात त्याला दयवीक आनंद येत होता. किती तरी गावात त्यानी मंदिरं पाडून मुर्त्या तिथच जमिनीत पुरून त्यांच्यावर मशीदि बांधल्या होत्या. मशीद म्हनलं का लोकांला तिच्या खाली दबलेला आपला शंकर, कृष्णा, हनुमान अन राम आठवायचा अन डोळ्यांला पानी सुटायचं. कही गावात हटकून त्यानी महादेवाच्या मंदिरा पुढचे नंदी तसेच ठुले होते.

जे हिंदू आधी नंदीच्या पाठीवर हात फिरील्या बगर अन त्याच्यापुढं डोकं टेकिल्या बगर मंदिरात जात नव्हते, ते आता मुसलमान झाल्यावर मशीदित जातानि दारातल्या नंदीकडं बघत भी नव्हते. सुरुवातीला हे हिंदू मुगल शिपह्यांला घाबरून नंदीकडं बघायला टाळीत होते. पन नंतर नंतर त्यांला भी नंदीला डावलून गपचूप मशीदित शिरायची सवय झाली होती. हे नंदी भी त्या लोकांची दैना समजून घेत होते अन त्यांच्याकडं बघून हसत होते.

ह्या साऱ्या नंदींनी आपल्या डोळ्याची पापनि न हलवता जमिनी खाली असलेल्या आपल्या शंकराचं स्मरन करायचं कधीच सोडलं नव्हतं. हे ठामपनी आपले पाय रऊन बसलेले शंकराचे नंदीच होते ज्यान्ही उरलेल्या हिंदूंला आपला धर्म जपायची शक्ती दिली होती. अन त्यांला सांगितलं होतं का कही झालं तरी आपुन तलवारीच्या धाकानी आपला धर्म सोडायचा नही. आपुन घरीच छोटीशी पिंड बनवून त्याची पूजा करीत ऱ्हायची. अंगनात नही जमत तर लपून छपून का व्हयना एखाद्या कोपऱ्यात तुळस लावून तीची पूजा करीत ऱ्हायची. मनातली मनात मंत्रांचा जाप करीत राहायचा. येनाऱ्या पिढीला कान धरून सांगायचं का जिकडं हेव नंदी बघतोय तीच आपल्या महाराजांची दिशा हाय. अन तीच आपल्या धर्माची भी दिशा हाय.

बिलाल खानच्या इशाऱ्यावर त्याच्या शिपहीनि घोड्यावरून उतरून आपल्या कमरेत खोसलेलं फर्मान बाहेर काढलं.

'बाजीराव काशिनाथ गांगुर्डे हे मुगल प्रशासनात उमून-इ-मुल्की खात्यात हेजीब मामल्यावर नेमलेला आहे. कही दिवसा पूर्वी बाजीराव काशिनाथ गांगुर्डे प्रांताच्या सुरक्षे संबनधीत असलेलं एक अत्यंत महत्वाचं दस्तावेज घेऊन फरार झाला आहे. त्याच कारनामुळं मुगलशाहीचे सरदार बिलाल खान यांच्या आदेशा वरून बाजीरावच्या आई, वडील, बायको, मुलगा, आनि मुलीला बुरुज़ावर बंदी बनून आनन्यात आले आहे.', त्या शिपह्यानि फर्मान वाचलं.

एकीकडं सारं गाव आपलं मन घट्टं करून अन आपला श्वास थांबून उभं होतं. अन दुसरीकडं बुरज़ा शेजारी कारवीच्या झुडपा माघं एका मोठ्या सर्पनाच्या ढिगाऱ्यात नागावनि लपून बसलेला बाजीराव लाकडाच्या फटीतून बुरुज़ाच्या काठावर ताट मानानी उभ्या त्याच्या संवसाराकडं बघत होता.

'इसका अंजाम क्या होगा ये पता होने के बावजूद इस काफ़िरने मूगल बादशाही से गद्दारी की. अगर तुम लोग ये सोच रहे हो की तुम बाजीराव को छुपाने में कामयाब हो जाओगे तो देखो सब लोग देखो उधर बाजीराव के नंगे खानदान कि ओर देखो.', सरदार बिलाल खान त्याच्या भारदस्त रक्तावनि लाल भडक आवाजात चीढुन वरडला.

भीती पोटी साऱ्या गावाचे डोळे आपुआप वर व्हऊन बुरुज़ाच्या काठाकडं बघायला लागले. बिलालच्या इशाऱ्यावर एका शिपह्यनी बाजीरावच्या पोराला बुरुज़ावरून खाली ढकलून दिलं. त्याच्या माघं लगीच बाजीरावच्या बापानी एका पायावर उडी मारीत 'हरं हरं महादेव' चा जयजयकार करून सवताला बुरज़ाऊन खाली झोकून दिलं. त्याच्या माघं लगीच बाजीरावच्या आईनि, बायकुनि अन मुलीनी भी संगंच बुरज़ाऊन खाली उडी मारली होती.

खाली पडतानि बाजीरावच्या पोराचं तोंड भिंतीला आदळलं होतं. नाक फुटून रक्तभंबाळ झालेल्या त्या चिमुकल्यानि जाता जाता त्या बुरुज़ाच्या छातीवर सवताच्या रक्तानी एक चिमुकला भगवा उमटीला होता.

पाची जनांचं आंग भिंतीवर आदळत आदळत येऊन खालच्या टोकदार मोठमोठ्या दगडांवर आदळलं होतं. थक. थक. थक. थक. थक.

आपलं तोंड कुशीत घालून ढिगाऱ्यावर बसलेल्या वासराचा उजवा कान पाचदा कपकपला होता. वारं नसून भी बुरज़ा खालच्या घानेरीच्या फुलोऱ्यात पाचदा थरकाप आला होता.

मरन पत्करन्याच्या आधी बाजीरावच्या बापानी बजावल्यानुसार कोन्हीच रडन्याचा, का दुखन्याचा, का मरन्याचा आवाज आपल्या गळ्या बाहेर निघू दिला नव्हता. बाजीरावचे पाची मानसं गपचूप आपल्या राजाचं नाव राखत काळाच्या गर्भात हरपून गेले होते.

सरपनाच्या ढिगाऱ्यात लपलेल्या बाजीरावची नजर आपल्या पोराच्या रक्तानि बनलेल्या त्या बारीक भगव्यावर घुटमळली होती. शंकराच्या पिंडीवरून मधाचे थेम्ब घसरल्यावनि पाच थेम्ब बाजीरावच्या डोळ्यातून निघून सापावनि रांगत खाली निसटले होते.

'बाजीराव को तो मैं ढूंढ ही लूंगा. लेकिन उससे पहले अगर तुममेसे कोई भी वो दस्तावेज़ लाकर मुझे देगा तो उसका पुरे सालभर का जिझिया माफ़ किया जायेगा.', बिलाल खान वरडला.

पन कोन्हाच्याच कानाला आयकु गेलं नव्हतं. कारन मुक्यानं दगडावर आपटून फुटलेल्या रक्तभंबाळ प्रेतांनी साऱ्या गावाला सुन्न करून टाकलं होतं.

बाजीराव आपल्या हातातल्या दस्तावेजाची पकड घट्ट करून महाराजांचं स्मरन करीत होता.

पितंळाचा महादेव तसाच परातीतल्या पान्यात बुडून न्हायला होता. अन बाजीरावच्या गायीनि तर सकाळी गावात शिरलेल्या मुगल शिपह्यांची चाहूल लागताच पोटातल्या वासरा सगट दम सोडून दिला होता.

मुटकुळ्या होऊन दगडात पडलेले प्रेतं गावकर्यांच्या मनावर संघर्षाची अजून एक तिरीप मारून गेले होते. अश्या तिरीपीमुळंच रयतेच्या मनातल्या सवराज्याच्या दिव्याला अजून बळ मिळत होतं. आपापल्या परीनं जे जमन ते करीत राहन्याची

त्यांची इच्छा आजून बळकट होत होती. आपल्या डोक्यात फक्त भगवा ठेऊन बगर शिकवनीचं, बगर धनाचं, जसं जमन तसं, जसं फौलाद आसन तसं, जसं लाकूड आसन तसं, जसं चाम्बडं असन तसं, ते सुतार, ते चाम्भार, ते महार, ते मांग, ते ढोर, ते घिसाडी, ते लोहार आपल्या करनावळीतून अन आपल्या कलेतून गनिमांचा धुराडा करनाऱ्या हत्यारांचा खनखनाट कधी कमी होऊ देत नव्हते. कधी न थकनाऱ्या अन कधी न झुकनाऱ्या कुऱ्हाडी, इळे, कटयारी, बीचवे, वाघनखं, धोपी, खंडे, गुर्ज, इटा, भाले, पट्टे, दानपट्टे, ढाली, पदकुंत, अश्वकुंत, कुलुपं, आडकित्ते अन अशे कैक सवराज्याचे हत्यारं ह्या गरीब रयतेनी आगीत उतरून केलेल्या मशागतीतून तयार झाले होते.

बाजीराव खोल जंगलात जाऊन नाद्रुक, बकुळा अन शिसमच्या उच घेऱ्याखाली असलेल्या सर्पगंधाच्या झुडपात जाऊन लपून बसला होता. जंगलातल्या निश्चल अन शांत दिसनाऱ्या जगात भी गळालेल्या पानांचं दुसऱ्या पाना फांद्यांवर आपटू आपटू खाली जमिनीवर आदळनं चालूच होतं. बाजीरावनि ती सारी अंधारी रात मेलेल्या पानांचा सलग येनारा आवाज़ आयकत काढली होती.

***

जंगलात लपून वाट बघत बसन्याच्या कही दिवसातच बाजीरावला मराठा सरदार बापू शेलारचा निरोप भेटला होता.

पहाटचं गुलाबी धुकं कही अजून वसरलं नव्हतं. सह्याद्रीच्या खोल जंगलात दाट शेवाळं अन येलानं झाकून गेलेलं महादेवाचं एक प्राचीन दगडी मंदिर होतं. मंदिराला घेरून रंगीबेरंगी चाफा, मोगरा अन गुलाबक्षीची फुलं आपलं डोकं धुक्यातुन काढून उन्हाची वाट बघत बसले होते.

आतल्या शंकराची पूजा करून अन त्याच्या सजीव अस्तित्वाचा अनुभव घेऊन सरदार बापू तुकाराम शेलार मुखमंडपाच्या वट्यावर बसले होते. त्यांच्या आंगात फिकट तपकिरी बाराबंदी अन कमराला लाल पट्टा होता. त्यांच्या मांडीवर त्यांची ठोसर नाडीची लाल मावळी पगडी होती. अन हातात बाजीरावनि अनलेलं पत्र होतं.

८

बापूच्या चेहऱ्यावर परशु कुर्हाडीच्या फरचिवनि वक्र मिश्या होत्या. त्यांच्या डाव्या गालावर धोपीच्या परज़ावनि वक्र ज़खम होती. त्यांची मान खंडावनि ताट, छाती ढालीवनि भक्कम अन खांदे गंडभेरूंडावंनी शक्तिशाली होते. त्यांच्या बळकट पायांची त्यांच्या पद्मासनावर चांगली मजबूत पकड होती. ते किती भी वादूळ एकटे बसत होते. पाऊसात, उन्हात, सर्दीत, डोंगराच्या पायत्याला का किल्ल्याच्या माथ्यावर. त्यांचं डोकं हिमालयावनि शांत अन तठस्थ होतं. एकदा का बापूनी कही करायचं म्हनलं का त्याला तडीस नेहूनच बापू शांत व्हायचे. त्यांचे डोळे चंद्रावनि शीतल अन बानावनि तीक्ष्ण होते. बापूच्या मनातली गनगन अन त्यांच्या डोक्यातली खनखन कधीत त्यांच्या डोळ्यात उतरत नव्हती. उतरन तरी कसं म्हना? बापू दोनदोन तीनतीन दिवस खोल जंगलात एकटेच जाऊन ध्यानाला बसत होते.

एक दिवस बापू ध्यान लावून परतल्यावर नाना मोहितेनी त्यान्हला जंगलात जाऊन एकटं बसायचं कारन इचारलं होतं. तर बापू म्हनले 'आपल्या भवती असलेला हेव घनघोर अंधकार अन ही लांब पोत पसरलेली निस्तब्ध शांती, ह्या दोघांला आपुन आपला जोडीदार केलं पाहिजी.' नानानी पुढं कारन इचारलं तर बापू म्हनले 'कारन इथूनच आपल्याला गनीमाची वाट सापडत आसती.' बापू असं म्हनल्यावर नाना गोंधळून गेला होता. अन बापू त्याच्याकडं बघून हसायला लागले होते.

नाना मोहिते तिथच बापूपुढं बाजीराव शेजारी बसला होता. नानाच्या गोऱ्यापान चेहऱ्यावर काळ्याभोर धारदार मिश्या होत्या. त्याच्या पागोट्याला कडक पिवळा रेशमी काठ होता. पन सलग चलत असलेल्या ह्या मोहिमेमुळं तेव काठ उसून गेला होता. नाना अंगानी बुटका होता. पन त्याच्यात अश्वाचं बळ होतं. नानाच्या बारीक दिसनाऱ्या हातातून त्याचा इटा कधी दुश्मनाच्या छातीत खुपसून परत नानाच्या हातात येऊन बसायचा याचा कोन्हाला भी पत्ता नव्हता लागत.

गनिमी काव्यात दुशमनाचा घेरा मोडून साऱ्यात खोल शिरनारा बापूचा अभिमन्यू म्हंजी हेव नाना मोहिते. त्या अभिमन्यूला परतीची वाट सापडली नव्हती. पन हेव अभिमन्यू गनिमाच्या रक्ताच्या सड्यानि वाट बनीत वापस येत होता.

नाना तसा शिलेदार होता. पन बापूच्या हेरगिरीच्या मोहिमेत शामिल झाल्यापासून त्याची शिलेदारी सुटली होती. नानाकडं आता मोहिमेत साचलेल्या खजिन्याचा जिम्मा होता. अन संगं गनिमी काव्यात मुरलेल्या अन गनिमाचं रक्तं चाखलेल्या मावळ्यांची एक छोटी तुकडी होती.

आडदांड तवान्या मावळ्यांची हि तुकडी मंदिरा पुढच्या रानजाईच्या झुडपा पशी बसलेली होती. घोडे तिथच वडाच्या पोटाशी बांधले होते. ह्या तुकडीत खंडू, हरी, दत्ता, रघु, लखन, मुरली, भैरव अन काशिनाथ शामिल होते. ह्या तुकडी माघं करवंदीचं मोठं जाळं पसरल्यालं होतं. रानजाईच्या कैक कळ्या मावळ्यांवनिच लढत लढत करवंदीच्या जाळ्यातून आपली वाट शोधीत होत्या.

सलग एका माघं एक चलत असलेल्या बापूच्या मोहीमांमूळं मावळ्यांच्या ह्या तुकडीला जंगला जंगलानच फिराव लागत होतं. ते कधी झाडाच्या सावलीत, तर कधी दगडाच्या आडोश्याला, तर कधी चारीत शिरून रात रात काढीत होते. त्याच्या मुळं त्यानचं रूप रंग एखाद्या दगडात कोरलेल्या मुर्त्यावनि चांगलंच काळसंर अन राकट झालं होतं. पायाचे कुरुपं अन काट्यानी वरबाडल्यालं आंग त्यांच्या बेधुंद संघर्षाच्या ओव्या गात होतं. करवंदं, खिरन्या, जांभळं, रानभाज्या, भात, मधाच्या पोळ्या अन सह्याद्रीच्या झऱ्यांचं नीत्तळ पानी पिऊन हे मावळे बापू जिथं म्हनतेन तिथं मोठ्या उल्लासानी कूच करीत जात होते.

जंगलात राहून राहून आता ह्या मावळ्यांनी जंगलाचं गुपित वळखीलं होतं. लांबून येनाऱ्या घामाच्या अन मलाच्या वासाला वळखून हे मावळे आधीच सावध व्हायला शिकले होते. ते नुस्तं वाऱ्याच्या फरकानी सांगीत होते का आज पाऊस कधी अन कुढं पडनार हे. सादळलेल्या वाऱ्याऊन वाटानी किती चिखल व्हईन याचा अचूक अंदाज़ा घेत होते हे मावळे. पक्षी अन ज़नावराच्या वागन्यात झालेला हलका बदल लक्ष्यात घेऊन आपल्या आसपासच्या हालचालींची चाहूल घेत होते हे मावळे. मंग तेव तिथल्या वस्तीच्या लोकांचा कल्ला असुद्या नही तर आपल्या भोवती गनिमानि घातलेला घेरा असुद्या. आपलं पाऊल वाजलं अन गनिमाला त्याची चाहूल लागली कि मंग ते मावळे कसले?

अन तुकडीतल्या कही मावळ्यांनी तर बापूला बघून बघून झाडा खाली, नही तर एखाद्या उच दगडावर बसून आपले डोळे झाकून एकटं बसायला भी सुरु केलं होतं. त्याच्यात कही ज़नानला आपुआप डुलकी भी लागत होती.

अश्या ह्या हिवाळी, पावसाळी अन उन्हाळी वादळात मुरुन गेलेल्या सवराज्याच्या राखनदारांला महाराजांनी आधी पासूनच सरळ पात्याची लांबट धोप तलवार दिली होती. त्यांच्या हातात कधी त्या मुगली वक्र तलवारी लागूच दिल्या नव्हत्या. तसं भी हिंदू शस्त्र सारे सरळच होते. जशी बजरंगबलीची गदा, शंकराचं त्रिशूळ, परशुरामाची कुर्हाड अन गुरु गोबिंद सिंगजींचं गुर्ज. ह्या मावळ्यांच्या आस्थनीत लपलेले विषारी बिचवे अन विषारी वाघनखं एका चातक पक्ष्यावनि गनिमाच्या रक्ताची वाट बघत बसत होते.

बाजीरावचा पराक्रम बघून सारि तुकडी अभिमानानी भरली होती.

'शाबास बाजीराव.', बापू म्हनले. भुंग्यांनी भोक पडलेल्या बाम्बू मधून वारं शिरल्यावर जसा सुरात पन ताट आवाज येतो तसा बापूचा आवाज होता.

बाजीरावचा उर भरून आला होता.

'तुमच्याच कडून शिकलोय बापू. तुम्हीच नही का म्हनत. आपल्या राजा पायी रगात सांडायची बारी आली कि पटकन सांडून टाकायचं. लयी पुन्य लागतं.', बाजीराव म्हनला.

आपल्या सवंसाराला गमावल्याचं दुःख बाजीरावनि सर्पनाच्या ढिगाऱ्यातच पुरून टाकलं होतं. बलिदान तर त्याच्या रक्तात ठेचून भरल्यालं होतं म्हना.

'बापू याच्यात दिल्लीऊन येनारी हत्याराची खेप अन दिल्लीऊन पाठिलेल्या लष्कराची खबर हे. अन बिलाल खानाला तिकडून आलेला गुपित हुकूम भी हे याच्यात.', बाजीराव पत्राकडं बघून म्हनला.

'काय बक्षीस पाहिजी बाजीराव तुला?', बापूनि इचारलं.

बापूचे हे शब्द आयकून बाजूला बसलेल्या नाना मोहितेला कही राव्हलं नव्हतं.

'बाजीराव लयी नशीबवान हाईस लेका तू. घी माघुन काय पाहिजी ते. आता मी इतक्या साला पसून संगं हे. पन अजून बापूनि मला अशी संधी दिली नही.',

नाना बाजीरावला म्हनला. नानाचा आवाज देवळातल्या घंट्यावनि खनकेबाज़ होता.

'खरं सांगू का बापू?', बाजीराव तळमळीनं म्हनला.

'म्हनुन तर बघ.' बापू म्हनले.

'मला एकदा महाराजांला डोळे भरून बघायचंय बापू. मला भी घेऊन चलाना बापू. मी एकदा तरी महाराजांला समक्ष भेटावं अशी माझ्या बाची लयी इच्छा होती.', बाजीरावनि बापूला विनंती केली.

'मावळ्यानी मावळ्या सारखंच माघितलं. राज़ं मोहिमेतून आलं कि तुला निरोप पाठितो बघ.'

'महाराजांला भेटायचा नुसता इचार करूनच माझं सारं शिन निघून गेलं बघा बापू.', छाती तानित बाजीराव म्हनला.

'कधी कधी मराठ्यांच्या गढावर जानारे पत्र मुगल हेर मधीच धरून आमच्याकडं आनतेत बापू. मराठ्यांला येनारे पत्र वाचून बिलाल खान लयी वैतागतो बापू. कारन जवळच्या लहान सहान सुब्या पसून तर लांब लांबच्या मोठ्या प्रांता पोत सारे सरदार अन राजे महाराजे त्यांच्या पत्रात आपल्या महाराजांचं नाव मोठ्या आदरानी अन अभिमानानि घेतेत बापू. आपल्या महाराजांमधी असं काय असंन बरं बापू?', बाजीरावनि इचारलं.

हे अयकताच बापूचे डोळे खसकन आनंदानी पानावले. नानाला भी लयी बरं वाटलं होतं हे आयकून.

'तेचं काय हे बघ. श्री रामाच्या आधी रावनाला दोनदा हारीलं होतं. एकदा सहस्त्रबाहुनि. अन दुसऱ्यांदा बालीनि. पन रामाच्या हातानी हारल्यावरच दसऱ्याचा सन सुरु झाला होता. कारन आधीच्या दोन्ही लढाया राजा राजा मधी होत्या. पन तिसीऱ्या लढाई मधी एकिकडं लाखोंची सेना घेऊन सोन्याच्या रथावर बसून आलेला महाशक्तिशाली राजा होता. अन दुसरीकडं अंगात केसरी वल्कल घालून आपल्या लहान भावासंगं जमिनीवर उभा असलेला एक साधारन मानसा सारखा योद्धा होता. होता का नही?', बापूनी इचारलं.

‘हा. खरं हे.’, बाजीराव अन नाना संगच म्हनले.

‘आन मंग इथं भी तसच हाई का नही? कुठं लाखोचं मुगल घोडदळ अन पायदळ अन तोफा? अन कुठं आपलं राज़ं अन राज्याचं मूठभर मावळं? अन तरी भी गनिमाला पुरून उरतय. अन तरी भी गनिमाला पळू पळू मारतय. असं असल्यावर आपल्या राजाचं नाव सारिकडं होनारच ना. त्यात काय तव्हा?’

बापूनी केलेली श्री रामाची अन महाराजांची इतकी भारी जुळनि आयकून बाजीरावची पुढं बोलायची इच्छाच झाली नव्हती. नाना भी आनंदानी गप झाला होता.

संगं असलेली शिदोरी सोडून साऱ्यांनी दोन दोन घास खाल्ल्यावर बापूनी निघायचं ठरवलं होतं.

खंडूनि लगीच घोडा आवळायला घेतला होता. खंडूचे दगडी खांदे अन दगडी घोटेच सांगत होते का तेव एक मुरलेला पट्टेकरी होता म्हनून. घोड्याचा घाम दाबाय पायी खंडुनी आधी त्याच्या पाठीवर घामुळं टाकलं. मंग त्यानी घामुळ्यावर फुगीर वळी टाकून त्याला खोगीरनि झाकून घेतलं. मंग खंडूनि त्या खोगीरचा मागवटा घोड्याच्या शेपटीत चांगला वळून घेतला. त्यानी शेवटी ह्या साऱ्याला त्या घोड्याच्या पोटाशी पथाड्यानी चांगलं आवळून घेतलं. सफरीत लागनाऱ्या दाळ, दाने, मीठ अन खरड्याचं कठळं घोड्याच्या पाठीवर लादून झाल्यावर खंडुनी मोहिमेत जमा झालेल्या खजिन्याचे दोन पोते मंदिरातुन आनुन कठळ्या माघं लादिले. तव्हर बाकी मावळ्यांनि आपापले घोडे तयार करून ठुले होते.

‘बिलाल खानाचा राग शांत होउस्तर इथून बाहेर पडू नगं.’, बाजीरावला बजावीत बापू म्हनले.

‘हा बापू.’, बाजीराव म्हनला.

‘गना चल.’, आपल्या घोड्याची मान थापटीत बापू म्हनले.

घोड्यानि लगीच पाऊलं उचलीले. बाजीरावला तिथच सोडून सारी तुकडी बापूच्या माघं निघून गेली होती.

***

सकाळचा केसरी उजाड हिरव्या गार सह्याद्रीच्या रांगांमधी पसरलेल्या धुक्याच्या दुध्या चादरीवर पडत होता. घोड्यावर स्वार मराठ्यांची तुकडी निसर्गाचा हिरवागार शालू ओढलेल्या सह्याद्रीच्या नागमोडी नद्या, जरीदार धबधबे अन सळसळनाऱ्या गार वार्याला चिरीत सुसाट धावत होती.

कमरेला बांधलेले फुटाने अन गुळाचं खांड खात खात पळस, काटेसावर अन पांगाराच्या दाट रांगीतून अलगत निघून जसा त्यांनी चढ पार केला, तसा त्यान्हला एक सपाट पठार लागला होता. त्या पठारावर सरदार बिलाल खान त्याचं दहाबारा हशमाचं घोडदळ अन पन्नास साठ पायदळाची तुकडी घेऊन उभा होता.

'गना थांब.', आपल्या घोड्याच्या मानिला थापटीत बापू म्हनले.

बापूचा गना जाग्यावर थांबला होता. बापूनि लगीच आपला हात वर करून मावळ्यांला इशारा केला. बापूचा हात बघीतल्या बघीतल्या मावळ्यांची तुकडी बापूच्या माघं येऊन थांबली. घोड्याउन उतरून बापूनि मावळ्यांला वाट बघायचा इशारा केला. अन आपला घोडा सोडून ते बिलालकडं चालायला लागले. नाना भी लगीच घोड्याऊन उतरून बापूच्या माघं माघं चालायला लागला.

'ओ कायर सरदार बापू शेलार. रात को छुपके से मुगलशाही के सुबे मे घुसकर चोरी करता है. और फिर चुपचुपके जाता है. शरम नही आती?', बिलाल बापूला बघून वरडला.

बापूला असं म्हनल्यावर नाना कशाचं गप बसतोय.

'ये सरदार बिलाल खान? नीट बोलना बापूशी. आभाळाला गवसनी घालायला निघाला काय तू? ह्या सहयाद्रीत जन्मलो आम्ही. सहयाद्रीच्या पोटात नाळ आमची पुरल्याली. सहयाद्रीच्या अंगावर खेळून लहानाचे मोठे झालो आम्ही. अन तू काय म्हनतो रे? छुपके से चोरी करता है. छुपके से किधर जा रहे है? मोकळे रान मे से जा रहे है ना हम. दिसत नही का तुला? आमचा मुलुख हे हेव.', आपली म्यान घट्ट दाबून नाना बिलालला म्हनला.

'किसका मुलुख है? ये अभि पता चलेगा तुमको.', बिलाल म्हनला.

नाना बापूच्या इशाऱ्याची वाट बघत होता. पन बापूचं सारं ध्यान बिलाल अन

त्याच्या शिपह्यांच्या तुकडीकडं लागलं होतं.

'इस्माइल खान.', म्हनत बिलालनि त्याच्या एका हशमला इशारा केला.

लगीच एक लांब अन रुंद खांद्याचा अफगान हशम, इस्माईल खाननि बाजीरावच्या खांद्याला धरून बापूच्यापुढं आनलं. बाजीरावचं तोंड रक्तभंबाळ झालं होतं. त्याच्या नाकातून रक्ताचा घोळाना वाहत होता. त्याचे हातं माघं बांधले होते. अन त्याला नीट उभा भी राहता येत नव्हतं.

नाना त्याला बघताच कावरा बावरा झाला.

'आसत्या घ्यायला गेलो होतो बापू. मला माफ करा.', बाजीराव बापूला आपल्या सुजलेल्या तोंडानी म्हनला.

हे आयकताच बापूला बाजीरावचा राग येनं साहजिक होतं. पन अशा वक्ताला रागाला जागा दिली तर मंग ते सरदार बापू शेलार कसले. राग सोडून बापूनी त्यांच्या बाजीरावकडं बापाच्या मायेनी बघितलं होतं.

'ते पोरगं निर्दोष हे. सोड त्याला. तुझी लडाई माझ्या संगं हे. मला घेऊन चल. पन त्याला सोड. आपल्या दोघांच्या भांडनात दुसऱ्याचे बळी कशाला?', बापूनि बिलालला समजावलं.

'खामोश हो जाओ सरदार बापू शेलार. तुमसे ज्यादा मुझे वो खत अजीज़ है. और मैं जानता हूँ की तुम्हे अपने से भी ज्यादा अपने इन सीरफिरे सिपाहियों की जान प्यारी है. अगर अपने सिपाहियों कि जान कि सलामती चाहते हो तो चुपचाप वो खत मुझे वापस करो. नही तो अल्लाह कसम तुम्मेसे कोई भी नही बचेगा. और शुरुआत होगी इस गुस्ताख़ बाजीरावसे.', बिलाल म्हनला.

साऱ्या मावळ्यांनी रागानी आपली धोप बाहेर काढून 'हरं हरं महादेव' चा जयजयकार केला.

बापूला बिलालशी लढून आपल्या एक भी मावळ्याचा जीव धोक्यात घालायचा नव्हता. अन हुकुमा परमानं संगं असलेला खजिना भी सुखरूप गढावर पोहोचतं करायचा होता. त्याच्यामूळं त्यांनी बिलालची समजूत घालायचं ठरिलं होतं. बापूनि लगीच आपला हात वर करून मावळ्यांला शांत राहन्याचा इशारा दिला. मावळे

शांत झाले होते. पन त्यांचं काळीज फडफडतच होतं.

'अरे सरदार हे तू. सरदारवनि वाग ज़रा. तुझा राग शांत कर ज़रा. ते पोरगं लहान हे. त्याचा गुन्हा काय एवढा मोठा नव्हता. पन तरी भी तू त्याचा सारा संवसार उधळून टाकला. लाज़ हाई का तुला? अयिक माझं ज़रा. त्याला आमच्या ताब्यात दि.', बापूनि बिलालची समजूत घातली.

'बापू तुम एक मुगल सरदार के सामने खड़े हो. अपनी औकात में रहो. मैं आखरी बार केह रहा हूँ. लाओ जल्दी से वो खत चुपचाप मुझे दे दो. वरना इन सबकी मौत के जिम्मेदार तुम होंगे. तुम.', बिलाल बापूला म्हनला.

हे आयकताच बाजीराव शिपह्याच्या हाताला झटका मारून बापूकडं पळत सुटला. तितक्यात त्या इस्माईल खाननि त्याच्या कमरेची छोटी चपटी कुर्हाड काढून बाजीरावकडं जोरात फेकली. कुर्हाडिची आख्खी धारदार चपटी फरची बाजीरावच्या पाठीत खोल ज़ाऊन घुसली. फरचीनी त्याच्या पाठीच्या मधल्या कन्याचा तुकडा पाडला. रक्तानी भरलेला बाजीराव लडखडत येऊन बापूच्या अंगावर जाऊन कोसळला. बापू बाजीरावला धरीत खाली बसले. मनका मोडल्यामुळं बाजीरावची सारि हालचालच बंद झाली होती. त्याचे डोळे भी हालत नव्हते. अन श्वास भी अडकला होता.

'हा कोन इन्साफ?', बिलालकडं बघून रागानी बापू वरडले.

हे बघून माघं घोड्यांवर स्वार असलेल्या मावळ्यांचा संताप आभाळात ज़ाऊन खेटला होता. पन रागानी आपली मुठी घट्ट पकडून ते गपचूप बापूच्या अन नानाच्या इशाऱ्याची वाट बघत होते. बापूनी बाजीरावचं डोकं आपल्या मांडीवर घेतलं.

'बाजीराव? बाजीराव?', बापू बाजीरावचं डोकं हालीत म्हनले.

बाजीरावनी तटकन आपले डोळे उघडिले होते.

'आआसती नननदीत टाकावं म्हनलं. मला मामामफ करा बापू. मला मामामा', म्हनता म्हनता बाजीराव आपले डोळे उघडेच ठेऊन निघून गेला.

मराठ्यांचा आनखी एक मावळा काळाच्या गर्भात हारपला होता. बापूचं मन पश्चातापानि भरून आलं होतं. आपला एक जुना हेर गमवल्याच्या तळमळीला

बापूनि कसं बसं सावरलं. बापूच्या दोन्ही मांड्या, पायं अन हाताचे पंजे बाजीरावच्या रक्तानी भरून गेले होते. बापूनि बाजीरावच्या पाठीतली कुर्हाड काढून त्याचं डोकं नानाच्या हातात टेकीलं.

नानानि लगीच बाजीरावचं डोकं आपल्या मांडीवर घेऊन त्याच्या डोळ्यांच्या पापन्या बंद केल्या. बापूनि माघं वळून आपल्या मावळ्यांला त्यांचा राग आवरून धरायचा इशारा केला. मंग बापू माघं फिरुन त्या इस्माईल खानच्यापुढं जाऊन उभा ऱ्हायले.

'गपचूप खाली उतरून ह्या गुन्ह्याची माफी माघ आता तू. उतर पटकन.', बापू आपली धोप बाहेर काढीत बिलालला म्हनले.

'इस्माईल खान.', बिलाल मोठ्यानी वरडला.

बिलालच्या इशाऱ्यावर इस्माईलनि लगीच त्याची तलवार बाहेर काढली अन एका चित्यावनि तेव बापूवर धावून गेला. दोन मोठ्या रनशुरांमधी झुंझ चालू झाली. बापूनि नेहमीवनि घात करायच्या अगुदर दुशमनाचा बाज समजून घेयचं ठरीलं. इस्माईलच्या डोळ्यावर नजर ठेवून आपल्या पायांच्या, हातांच्या अन खांद्यांच्या चपळ हालचालीनि बापू आपल्या अंगावर आलेले सारे वार मोठ्या फुर्तीनं चकवत होते.

त्या इस्माईलच्या फौलादी हातातल्या मुगली वक्र तलवारीचं पातं सळसळ करीत बापूच्या डोक्या, खांद्या, पाया, गळ्या अन पाठीला चिटकून फिरत होतं.

बापूनी सवड बघून आपली धोप माघं घेऊन आपल्या छातीला पुढं केलं. जशी इस्माईलनि बापूच्या छातीला भोसकायला त्याची तलवार झटक्यात पुढं केली तसा बापूनि आपला उजवा पाय सटकन माघं घेत आपला उजवा खांदा भी माघं वाकिला. ताकतीनं केलेला वार हुकल्यामूळं इस्माईलच्या तलवारीचा झोक पुढं गेला. अन त्याचा खांदा पुढं वाकला. इस्माईल आपला खांदा सावरूस्तर बापूच्या धोपीचं कोरडं दुधारी पातं इस्माईल खानाच्या मुंडक्याच्या उजव्या बाजूनी शिरून डाव्या बाजूनी रक्तानी भिजून बाहेर आलं. अन त्या इस्माईल खानाचं मुंडकं तिथच त्याच्या पाया जवळ पडलं.

बगर धडाचा अफगान शिपही मातीच्या ढेलपडावनि तिथच आपल्या मुंडक्या जवळ कोसळला. जमिनीला टेकलेल्या त्याच्या धडातून निघनारी गार रक्ताची धार बापूच्या पायतना खाली शिरून माफी माघत होती.

बिलालची तुकडी एकमेकाकडं घाबरून बघायला लागली.

बापू दम घेत होते अन त्यांच्या धोपीच्या दोन्ही नळाला लागल्याली गनिमाच्या रक्ताची वघळ खाली सरकून धोपीच्या पेटाला वलांडित तिच्या पिपळावर घसरून टोकाला लटकत थेम्ब थेम्ब खाली गवतात टपकत होती.

'तुला म्हनलो होतो सरदारावनि वाग ज़रा. पन तू आयकतो का कही. चल आता मुकाट्या खाली उतर अन माफी माघ. चल पटकन.', बापू बिलालला म्हनले.

'बाबर खान. बारूद खान. जाओ. बापू को पकड़ो.'

रागानी लाल झालेल्या बिलालनि आपल्या दोन धडधाकड अफगानी हशमांला पुढं जायचा हुकूम दिला.

नानानि बाजीरावचं मुंडकं पटकन जमिनीवर ठेऊन तटकन आपली धोप बाहेर काढली. पन बापूनि नानाला शांत रहायचा इशारा केला. तरी भी नाना आपली धोप काढून तिथच उभा ऱ्हायला होता.

'बापू मी घेतो ह्या डुकरांचे मुंडके.', नाना तळतळीनं म्हनला.

बापूनी हात वर करून नानाला शांत राहायचा इशारा केला.

बिलालचे दोन खाज़गी अफगान हशम बाबर खान अन बारुद खान बापूवर शयतानावनि तुटून पडले.

बाकी मावळे शिकारीला ज़मून बसलेल्या वाघावनि झेप घेयच्या तयारीत बसून बापूची तलवारबाजी बघत होते. बापूला धोप चालिवतानी बघितलं तर असं वाटायचं जनु काय त्यांच्यावर आयी भवानीचा आशीर्वादच हाय.

धोप चालितानी बापू आपल्या जागेवून कधिमधिच हलत होते. उच उच बाबर खान अन बारूद खानला बापूनि आपल्या नजरे पुढच चोपून ठुलं होतं. त्या दोघांनी मस जोर लावला. पन बापूनि एकाला भी आपल्या पाठीशी जाऊ दिलं नव्हतं.

आपल्यावर दोन्ही बाजुनी आलेले वार बापू सबुरीनि चुकवित होते.

लगातार चपळीनं बापूवर घातक वार करीत असलेल्या ह्या दोन अफगान हशमांच्या ताळमेळीत थोडीशी फट येताच बापूच्या धोपीनं उजवी कडच्या बाबरचं पोट फाडून डाव्याकडच्या बारूदचं मुंडकं चिरून टाकलं होतं. धडा पसुन यगळं निघालेलं बारुद खानचं मुंडकं इस्माईल खानच्या मुंडक्यावर जाऊन आदळलं होतं.

बगर मुंडक्याचा बारूद खान जाग्यावरच कोसळला होता. अन बाबर आपलं फाटलेलं पोट धरून खाली पडला होता. बापूच्या पाया खालचं गवत रक्ताच्या शितोड्यानी लाल झालं होतं. बापूचे पायतान भी रक्तानी भरून गेले होते. सारं गनीम आपला श्वास दाबून आपल्या तीन नावाजलेल्या लडाक्यांला जमिनीवर बघून सुन्न झालं होतं.

पोटाबाहेर निघालेले आपले आतडे हातात धरून बाबर मोठमोठयानि किरकाळ्या देत होता. बिलाल कडचं वारं आता शेपटी दाबून पळून गेलं होतं. अन बापूकडं भगवं वावटळ उठलं होतं.

'मुगल बादशाह से गुस्ताखी बोहोत मेहेंगी पडेगी. याद रख सरदार बापू शेलार. बोहोत हो गया. अब तुम अपने आपको चुपचाप मेरे हवाले कर दो. और वो खत मुझे देदो.', बिलाल वरडला.

'येड लागलं का काय तुला बिलाल? बाजीरावच्या लहान लहान पोरांची काय चुक होती रे? त्याचं सारं खानदान मिटायचं पाप केलय तू. आता एक जरी निर्दोष बळी गेला तर शंकरवाडीच्या शंकराची आन घेऊन सांगतो का तुझं मुंडकं आई भवानीला चढिल्या बगर राहनार नही हेव बापू शेलार.', कपाळाचा घाम पुशीत बापू म्हनले.

घोड्यावर बसलेला बिलाल बापूकडं नुसतं रागानी बघत होता. अन भुईवर पडलेल्या बाबरच्या किरकाळ्या चालूच होत्या.

'थांब. असं नही कळायचं तुला.', बापू बिलालच्या डोळ्यात डोळे घालून म्हनले.

बापूनी लगीच किर्कत असलेल्या बाबर खान पशी ज़ाऊन त्याचं मुंडकं पाडून

टाकलं. तिन्ही मुंडके एकामेकांला चिटकून रक्तात उताने पडले होते.

'अल्लाहू अखबर.', जोरात म्हनत बिलाल खाननि लढाईची घोषना केली.

'अल्लाहू अखबर.', म्हनत सारं गनीम आपली तलवार उपसायला लागलं.

बिलालनी बापूपुढं आता कहीच पर्याय ठेवला नव्हता. बापूनि भी लगीच महाराजांचं स्मरन करून 'हरं हरं महादेव' चा जयजयकार करीत लढाईची घोषना केली.

नानानि लगीच आपल्या खांद्यांला झटका देत, माघं वळून साऱ्या मावळ्यांला लांब लांब पसरायचा इशारा केला.

'गनिमाला अंगावर बोलून शिंगावर घ्या रे. जास मधी जाऊ नका रे. खंडू मधी व्हय.', नाना म्हनला.

विजेचा लोळ कोसळल्यावनि मावळ्यांची तुकडी घोड्याउन उतरून मुगल पायदळाच्या घोळक्याकडं पळत सुटली.

नाना तिन्ही मुंडक्यांला पायानि उधळून लढाईत शिरला.

दहा बारा गनिमानी खंडूला सारि कडून घेरलं होतं. पन खंडूच्या हातातला पट्टा बघून गनीम चांगलच बिचकलं होतं.

'ज्याच्यात खरंच धमक हाय त्यानंच पुढं या रे. मस्तीच्या बोकडाचं कही काम नही इथं.', खंडू गनिमाकडं बघून वरडला.

खंडुच्या पट्ट्यानी खंडू भवती सोळा हाताचा लोखंडी घेरा करीत गनीम कापायला सुरु केलं. शिपह्यांला सरदार बिलालच्या धाकानी माघं सरता येत नव्हतं. अन खंडूच्या पट्ट्याच्या धाकानी पुढं जाता येत नव्हतं.

आपल्या तीन मोठ्या अफगान लडाक्यांचे धडं जमिनीवर लोळतानी बघून मुगल पायदळाचं अवसान आधीच गळालं होतं. अन बापूच्या धोपिनं मुगली वक्र तलवारीचा तीनदा भुगा केल्यामुळं मराठे जोशात होते. आता तर ह्या धोपीच्या साथीला आल्याले इटा अन दानपट्टे मुगल पायदळाच्या रक्ताचे सडेच टाकीत होते. मराठ्यांच्या धोपीचं पातं गनिमाचं काळीज कापून खात होतं. पट्टा गनिमाचं कातडं सोलीत होतं. अन इटा गनिमाचं छाताड फोडीत होतं.

आपुन जास्तं असून भी हारतोय असं समजताच आपल्या जखमी शिपह्यान्ला तिथच सोडून बिलाल त्याच्या उरलेल्या तीन घोडस्वारांसंगं तिथून पळून गेला. हे कळताच सारं मुगल पायदळ सयरावयरा होत पळत सुटलं होतं.

सारं पठार 'हरं हरं महादेव' च्या जयजयकारानि धूवून निघलं होतं.

बापूनि धारातीर्थी पडलेल्या आपल्या बाजीरावला गनाच्या पाठीवर टाकलं अन मावळ्यांसंगं निघून गेले.

आपल्या पाठीवर वैकुंठात गेलेल्या मावळ्याचं प्रेत अन पाया खाली जहन्नुमला गेलेल्या गनिमाच्या रक्ताचे सडे, हे बापूच्या गनाला कही नवं नव्हतं.

***

नदीच्या तटावर वाळलेले लाकडं रचून त्याच्यात चंदनाचा तुकडा टाकून बाजीरावच्या अंत्यसंस्काराची तयारी झाली होती. अग्नी देन्याच्या थोडं अधी चाफा अन मोगऱ्याच्या घोळक्याला शिवून एका फिरक्या वाऱ्याचं गार झुळूक आलं अन आपल्या वैकुंठया वैकुंठया वासानि बाजीरावला नमन करून गेलं. खळखळ वाहनारं नदीचं पानी भी काठावर गार झोपलेल्या आपल्या झुंजार लेकराला बघून शांत झालं होतं.

चिताची अग्नी शांत झाल्यावर सारे मावळे बाजीरावची राख आपल्या ओंझळीत भरून नदीत वाहत उभे होते. कही राख पान्यावर पडत होती. अन कही वाऱ्या संगं उडून चालली होती. आपल्या तळ हाताला चिटकलेल्या राखीला बघून बापूचे डोळे पानावले होते. आपल्या भरलेल्या डोळ्यांनी बापू हिंदवी सवराज्या पायी लढनार्या किती तरी शूरवीरांच्या पवित्र राखेनि माखलेल्या सह्याद्रीच्या ह्या उच उच डोंगरांला न्याहाळत होते.

पोटा इतक्या पान्यात उभा राहवून नाना एकटाच ढसा ढसा रडत होता. त्याच्या माघं उभी मावळ्यांची तुकडी गपचूप नानाकडं वल्या डोळ्यांनी बघत होती.

बापूला चांगलं माहित होतं का ह्यांचं साऱ्यांचं मन बाजीरावची खबर गनिमाला देनाऱ्या शैतानात अडकलं होतं.

***

दिवस नुकताच मावळला होता. अंगनातल्या लिंबावरच्या खोप्यातुन सुग्रन आपल्या लेकरांसंगं बाहेर डोकून बघत होती.

लिंबा खाली एक कुबडं म्हतारं बाज़ावर चीलम पित बसलं होतं. त्याच्या डोक्यावर गोल ढवळी टोपी होती. त्यनी डोळ्यात सुरमा घातलेला होता. त्याच्या तोंडावर बगर मीश्याची लांब पांढरी दाढी होती. त्यानि आंगात मोठा ढवळा मळकट कुर्ता अन लांडा पायजमा घातलेला होता. चिलमीच्या धुंदीत लाल झालेल्या त्याच्या डोळ्यात लयी मोठा पराक्रम गाजून आल्याचं सुख दिसत होतं.

चिलमीचा धूर म्हताऱ्याच्या छातीत घिरख्या घालीत होता. तितक्यात अंगनाच्या भितीऊन माकडावनि उड्या मारीत नाना अन खंडू आत शिरले. त्या दोघांला बघताच म्हताराच्या हातातली चीलम सुटली. अन त्याच्या छातीतला धूर एका दमात त्याच्या नाका तोंडातून बाहेर निघाला.

'अरफा. अरफा.', खोकलत खोकलत म्हतारं वरडलं.

त्याची म्हतरी बायको लगीच कवाडात येऊन उभी ऱ्हायली होती. नानाच्या हातातली धोप बघून तिचे हात पाय गळले होते. ती चवकटीला धरून तिथंच गपचूप उभा ऱ्हायली. आपल्या नवर्यासिंग हे व्हनार हे याचा अंदाज तिला आधीच लागला होता.

'मी नही केली मुखबिरी.', म्हतारं नानाला म्हनलं.

'तुला इचारलं कोनि रे? तोहया मायचा मौलाना तोहया?', नाना म्हताऱ्याला म्हनला.

'तू आत जाय. याचा चवरंग करायचाय. व्हय आत.', नाना त्या म्हतारीला म्हनला.

म्हतारीनि लगीच आत जाऊन कवड लावून घेतलं होतं. सुगरन भी पटकन आपल्या लेकरांला घेऊन खोप्यात शिरली होती.

'वरड. वरड ना तू.', नाना म्हताऱ्याला म्हनला.

म्हतारं तटकन बाज़ावून उठून नानाच्या पायात जाऊन पडलं होतं.

'चुकलं माझं. मला माफ करा. माफ करा.', म्हतारं म्हनलं.

'तुझं तर धर्म सोडल्या सोडल्याच चुकलं होतं रे मौलाना. तुझा आधीच कलमा वाचायला पाहिजी होता रे मी.', नाना म्हताऱ्याला म्हनला.

'ह्या बोकडाला माघं वढ.', नाना खंडूला म्हनला.

खंडूनि म्हताऱ्याचे दोन्ही हात धरून त्याला माघं वढलं. नानानि त्याचे दोन्ही पायं अन दोन्ही हातं पटापटा तोडून त्याचा चवरंग करून टाकला. नुसत्या धडाचं म्हातारं मोठमोठ्यानी वरडत होतं. त्याच्या चारही बाजूनी रक्ताच्या धारा वाहत होत्या. म्हताऱ्याच्या आवाज़ानी शेजारचे दोन म्हतारे येऊन भीतीऊन डोकून बघायला लागले होते. त्यांच्या कपाळाला बुक्का होता.

'नाना मोहिते आला होता म्हनून सांगा. कोन्ही इचारलं तर सांगा अभिमानानि. छत्रपतीचे मावळे आले व्हते म्हनून सांगा. तेव हाय म्हनून तुमच्या कपाळाचा बुक्का अजून शाबूत हे. कळलं का? कोन्हाच्या बापाला भ्यायची गरज नही.', नानानि त्या म्हातार्यांला बजावून सांगितलं.

नानाच्या आवाजात रक्तं सळसळत व्हतं. म्हातारे हे आयकून गपचूप तिथच उभे ऱ्हायले. नानानि पटकन अंगनातल्या गाडग्यातून पानी काढून आपल्या धोपीवर टाकलं अन लगीच आपली धोप म्यानात टाकून खंडूसंगं अंधारात निघून गेला.

ते चवरंगी म्हतारं वरडून वरडून गार पडून गेलं होतं. पन तरी भी त्याची बायको कही बाहेर अली नव्हती.

मराठ्यांच्या धोपीनि त्या सुगरनीची चिलमीच्या धुरापसून सुटका केली. अन त्या दोन म्हाताऱ्यांच्या कपाळाच्या बुक्क्यात लपून बसलेला चंदन, नागरमोथा, बकुळीचे फुलं, वाळा अन मराव्याचा सुगंध भी आता बाहेर निघून अंगनात पसरला.

***

दाट अंधार पडला होता. अवकाळी पाऊसाची भूरभूर चालू होती. दाट झुडपाच्या आत, वाहत्या झऱ्या शेजारी, गुफेवनि खोल आडोश्यात बापूनी थांबायचं ठरवलं होतं.

घोडे झाडाला बांधलेले होते. जमिनीवर लाकडं अन पाला कुजून काळा थर चढला होता. संगं गठुड्यात असलेला भात शिज़वून त्याच्यात आंब्याच्या खाराचा टिपका टाकून साऱ्यांनी जेवन केलं होतं. अन आता सारे आप आपल्या जागेवर अराम करीत बसले होते. खंडू अन काशिनाथ एका उच झाडावर आडोसा करून पहारा देत होते. बापू अन नाना कोपऱ्यात टेम्ब्याच्या उजेडात बसले होते. खजिन्याचे पोते तिथच नानाच्या पाठीला ठेवले होते. नानाच्या डोळ्यात आपल्या जोडीदाराचा बदला घेतल्याचं एका खऱ्या धारकऱ्यावनि खोल समाधान दिसत होतं.

'बापू एक इचारू का?', नाना म्हनला.

'काय?'

'तुम्ही एवढे लांब लांब मोहीमा करता. तिकडं समुद्रात भी जाता. जहाजात बसल्यावर कसं वाटतं?'

'असं वाटतं जनू कही सारा समुद्र त्याच्या साऱ्या ताकतीनं आपल्या सवराज्याच्या मोहिमेत उतरलाय. अन जहाजाला पुढं ढकलीतोय. ज़हाज़ असं पान्यावर चालाय लागलं कि आपल्या साऱ्या अंगात शक्तीचा प्रसार होतो. अन आपले महाराज नेहमी जहाजाच्या पुढच्या टोकावर भगव्या खाली उभा राहतेत.', म्हनत बापूनी एक मोठा श्वास घेतला.

'तेव वर अनंत आसमान. खाली धगधगनारा आफाट समुद्र. जहाजाच्या टोकावर फडफडनारा उच भगवा झेंडा. अन त्या झेंड्या खाली कटेवर हात ठेऊन उभं आपलं राज़ं. हे बघून छाती अशी अभिमानानि फुगून येति बघ नाना. एक सांगू का नाना?'

'काय बापू?'

'आपले हे डोळे गनिमानि कधीच गरम सळया घालून फोडून टाकले असते. आज त्याच डोळ्यांनी आपल्याला हे सारं बघायला भेटतं. शिकायला भेटतं. नुसतं अन नुसतं आपल्या महाराजा मूळं. हायी का नाही.'

बापूनि आपल्या बासरीवनि संत शैलीत नानाला मराठ्यांच्या ज़हाज़ावर फेरा

मारून आनला होता.

'खरं हे बापू.'

असं म्हनून नाना आपल्या कल्पनेतल्या मराठ्यांच्या ज़हाज़ात लांब निघून गेला होता. त्याला अवतीभवती फिरत असलेले पोर्तुगी अन मुगल जहाज़ं दिसत होते. लांब लांब उसळनाऱ्या समुद्राच्या लाटा दिसत होत्या. त्या लाटांला माघं टाकीत चाललेले मराठ्यांचे जहाज़ं दिसत होते. पन अरबी समुद्र फिरता फिरता त्याला लगीच आपल्या केसरीगढाची आठवन झाली.

'बापू आपुन सारे मिळून केसरीगढावरचे धरून तीनशे असतोन नहिका?', नानानी इचारलं.

'हा'

'अन महाराजांला मोहिमे वरून यायला लयी यळ हे अजून?'

'मंग?'

'तसा भी तेव बिलाल खान तुमच्या वर खार खाऊनच हे. आता मधीच जर तेनि फौज घेऊन केसरीगढावर हल्ला केला तर?'

'म्हनुनच राजांनी तुला ठुलंय माघं. केसरीगढ सांभाळायला. आपल्या राजाला माहित हे कि हेव शिलेदार नाना मोहिते अन त्याचे मूठभर मावळे लयी झाले पाच हजार गनीमाला.', बापू म्हनले.

'ते हायी म्हना. मी तर पुरूनच उरन ह्या बिलाल खानाला. पन बापू मला एक सांगा. तिकडं हझारो हझारोचं मुगल पार दिल्ली पोत पसरलेलं हे. अन इकडं आपुन मूठभर मावळे. शेकडो मधी. अन ते भी अशे दर्या खोऱ्यात पसरलेले. असं असल्यावर आपुन कधी पुढं सरकत सरकत जाऊन मुगली झेंडा उपटून आपला भगवा सारि कडं फडकिनार बापू?', हसत हसत सवराज्या पायी जीव द्यायला निघालेल्या नानानी त्याच्या भोळ्या मनात घुटमळत असलेली शंका बापूपुढं घाबरत घाबरत मांडली.

बापू साठी अशी चवकशी आपल्या मावळ्यांमधी आत्मविश्वास घालायची संधीच होती.

‘नाना जव्हा लंकेत जायला समुद्र पारकरायचा होता. तव्हा भी असाच प्रश्न महाबलशाली हनुमंताला पन पडला होता. त्याला भी वाटत होतं का हे कसं व्हयिन. आपल्याच्यानी हे काम व्हईन का? हेव एवढा मोठा समुद्र पार व्हईन का? तव्हा ब्रम्हपुत्र जामवंत हनुमानाला काय म्हनले होते?’

‘काय बापू?’

‘ते म्हनले होते ‘हे वायूनंदन. को नहीं जानत है जग में कपि संकटमोचन नाम तिहारो.’ असं म्हनत जामवंतानि हनुमानाला त्यांच्या जन्माची गोष्ट सांगितली होती. लहानपनि हनुमानानी सूर्यनारायनाला गिळून घेन्याची गोष्ट सांगितली होती. देवी देवतांनी त्यांला दिलेला आशीर्वाद आठवन करून दिला होता. ऋषीमुनीनि त्यांला दिलेल्या श्रापा बद्दल सांगितलं होतं. हे सारं कानावर पडताच हनुमानाची शक्ती परत अली होती. अन शक्ती वापस येताच हनुमाला श्री रामाचं स्मरन झालं होतं. अन त्याला पुढं वाट आडून बसलेला अथांग समुद्र आता एका डबक्यावनि दिसाय लागला होता. हनुमानानी लगीच ‘जय श्री राम’ म्हनत साऱ्या वानर सेनेला आपल्या विराट रूपाचं दर्शन दिलं होतं.’

हे आयकून नानाचं डोक्यातलं सवराज्याचं सारं कोडं सुटलं होतं.

‘आपुन सारि आपल्या रामाची वानर सेनाच नही का? अन गनिमाकडं शैतानाचं काळीज जरी असलं, तरी आपल्यावनि दधीचीच्या हाडाचे घोटे अन मनगटं थोडी हे नाना? ह्या सह्याद्रीत घोड्यावनि उधळायला. हाय का नही नाना?’, बापू म्हनले.

आता नानाचा आत्मविश्वास आभाळाला खेटला होता. त्यानी लगीच आपली मांडी थापटून एक लांब श्वास घेतला.

‘खरं हे बापू. आपुन कही जास्त डोकं लावायचं नही. आपुन फकस्त एकच काम करायचं. तुमच्या सारखं. दिसला गनीम कि कापला. दिसला गनीम कि कापला.’, नाना हसत म्हनला.

‘नाना तुला सांगतो, एकाच वक्ताला बारा अमुश्या जरी आपल्यावर गराडा घालाया लागल्या ना, कि आपुन लगीच डोळे बंद करून आपल्या महाराजांचं स्मरन करायचं. सारे संकटं कशे अफ़जल खानावनि टपा टपा पडायला लागतेते

बघ.'

बापूच्या ह्या शब्दांला नानानि आपले डोळे बंद करून त्याच्या अंतरात्म्यात खोल शिरु दिलं होतं.

'अफ़जल खान काय मामुली सरदार नव्हता. त्याच्या मुद्रे वर फार्शीत काय लिहिलं होतं महित हे नाना?'

'काय?'

'गर्र अर्ज कूनद सिपहर अअला,

फज़ल फूजला व फज़ल अफ़ज़ल.

अझ हर मुल्की बजाए तसबीह,

आवाज़ आयद अफ़ज़ल अफ़ज़ल.'

म्हंजी जर उच स्वर्गाला इच्छा झाली का साऱ्यात भारी मानसाचे गुन अन अफझल खानाचे गून, याच्या मधी निवडायचं असल तर सारि कडून आवाज यईन अफझल अफझल. इतका शाना होता तेव अफझल खान.'

'असं व्हय?'

'अन काय केलं आपल्या राजानी या अफझलचं? त्याचाच कोथळा काढून त्याच्याच हातात दिला.', बापू हसत म्हनले.

नानाला भी हसू आलं होतं.

त्यांच्या गप्पा चालू होत्या. पाऊसाची भुरभुर भी चालूच होती. पहारा देत बसलेल्या बाजीराव अन काशिनाथच्या हातात आपला जीव सोपून, पायतानाची उशी अन दगडाची गाधी करून सारि तुकडी गार झोपी गेली होती.

झाडाच्या पानांवर पडनाऱ्या पावसाचा कल्ला, घुबडाची गरगर अन खालून बेडकं अन रातकिड्यांचे भांडनं आयकत निवांत झाडावर बसलेल्या खंडू अन काशिनाथच्या गप्पा चालू होत्या.

'उद्या शंकरवाडित कधी अक्काच्या हातच्या गरम गरम भाकरी खाऊन गार झोप घेतो असं झालय.', खंडू म्हनला.

उद्या बापूच्या शंकरवाडीत मुक्काम असल्यामुळं खंडू लयी खुश होता.

'बापू भी लयी दिसानी त्यांच्या घरी चाललेत ना?', काशिनाथनि इचारलं.

'दोन वरीस झालेत आता. शंकरवाडीच्या देवळातल्या शंकराची अन आपल्या बापू ची भेट नही. सारं गाव लयी खुश व्हयीन बापूला बघून.'

***

उच उभ्या कड्यावर कोरलेली भव्य हनुमानाची मूर्ती, त्या कड्याच्या पायत्याचं शंकराचं मंदिर, शेनाचे सडे, उभे गंदं, आडवे त्रीकुंड, भगवे चंद्रकोर, देवळातले मंत्र, मातीच्या भिंती, तालमीत कसलेले मनगटं, शेतकार्याच्या ओंब्या, सुताराचे चाकं, लव्हाराचे कुलुपं, चांभाराचे पट्टे, कुंभाराचे गाडगे अन असंख्य वीरगळांनी सजलेलं हे शंकरवाडी गाव.

झुंजूमुंजू पहाटच्या कवळ्या उन्हात तुडुंब भरलेल्या नदीचं पानी आपले अनंत डोळे मिचकित तटावर असलेल्या शंकरवाडीच्या शंकराच्या मंदिराला नमन करून हळू हळू रांगत चाललं होतं. नितांत देखनं कोरीव नक्षीदार दगडांनीं बनवलेलं हे महादेवाचं मंदिर, गंगेच्या तटावरच्या काशी विश्वनाथाच्या मंदिराची आठवन करून देत होतं.

मंदिराचा उच शिखर अन त्याच्यावरचा नक्षीदार गोल कळस नदीच्या रेशमी पदरावर उमटला होता. लांब पोपटाची माळ त्या कळसाला घिरख्या घालीत होती. कैक पोपटं कळसाला अंजरुन गोंजरुन भी घेत होते.

मुखमंडपाच्या शिखराच्या चारही बाजूला हनुमानाच्या सुंदर दगडी मुर्त्या होत्या.

मंदिरा पुढंच्या दगडी छता खाली एक मोठा नंदी विराजमान होता. तेव नंदी गाभार्यातल्या महादेवाच्या पिंडीला असं टक लावून बघत बसला होता जनुकाय महादेवाला अनंत काळ बघत बसनच त्याच्या मुक्तीचा मार्ग होता. हेव नंदी अन काशीचा नंदी नाकाडोळ्यानी जवळ जवळ सारखेच दिसत होते. असं शंकरवाडीच्या लोकांची मान्यता होती.

मंदिराच्या डाव्या बाजूला गनपतीची प्राचीन दगडाची देखनी मूर्ती होती. मंदिराच्या उजव्या बाजूला प्राचीन दगडी गोमुखातून कधी न थांबनारी पान्याची बारीक धार वाहत होती. डोंगरातुन गोमुखात वाहत येनाऱ्या पान्याची वाट नीट

नाटकी ठेवायचा जिम्मा सवता बापूनि घेतला होता. अन बापू मोहिमे वर असल्यावर हेव जिम्मा अक्काचा होता. सभामंडपाचे चारही खांब त्रिशूळ, स्वस्तिक, ओम अश्या बारीक बारीक शिल्प कामानी समृद्ध होते.

मंदिराच्या आवारात भलं मोठं वडाचं झाड होतं. त्या झाडाला चवकडून दगडाचा पार होता. जिथं बाहेरून येनाऱ्या साधू संतांचा मान सम्मान होत होता. मंदिराचा सारा घेरा गोकर्ण, गुलबक्षी अन शेवंतीच्या फुलांनि भरलेला होता. शंकरवाडीचे दोन वैभव म्हंजी एक हे मंदिर अन दुसरं मराठा सरदार बापू शेलार होते.

बापूनि नदीत आंघुळ केली. अन हंड्यात पानी भरून मंदिराकडं गेले.

बापू जव्हा नंदीला आंघुळ घालत होते तव्हा मंदिराच्या वट्यावर बसून दहा बारा लहान मुलं मुलींचा मोठ्यानी रुद्री पाठ चालू होता.

नाना आत गाभाऱ्याच्या छताला झेंडूच्या फुलांनी सजीत होता. खंडू कळसा वरचा भगवा झेंडा बदलीत होता. कही मावळे मंदिराच्या आवाराची साफ सफाई करित होते. अन कही मंदिराला धूऊन काढित होते.

बापू आल्याची बातमी आयकून म्हातारे कोतारे, लहान, मोठे, नयतरने, बयामानसं, सारे त्यांला भेटायला नदीकाठी येऊन बसले होते. लहान मुलांचा घोळका तर बापू कडून मोहिमेत गाजवलेली मराठ्यांची कामगिरी आयकायला सकाळ पासूनच तयार होऊन बसला होता.

आपली पूजा आटपून बापू मावळ्यांसंगं मंदिराच्या माघच्या मैदानाकडं निघाले. अभंगाला जशी टाळ चिपळ्यांची साथ असती तशी मंदिरा पसून मैदाना पोत जानाऱ्या ह्या वाटेला हजारो टिमटिमत्या बुरांडी, केना अन घानेरीची साथ होती. ह्या फुलांनी सजलेल्या मखमली वाटात गना आपल्या सोबत्यांसंगं चरन्यात मगन होता.

मैदानाच्या एका बाजूला नदी वाहत होती. एका बाजूला गाव होतं. अन मैदानाच्या मागच्या बाजूला डोंगराचा उच कडा होता. कड्याउन पडनाऱ्या खळखळत्या दुधी धबधब्याचा माथा अन कोरलेल्या त्या भव्य मारुतीचं ललाट ह्या

मैदानातून ठळक दिसत होतं.

मैदानात गावातले पंधरा वीस लहान मोठे मुलं मुली मर्दानी खेळाची तालीम करीत होते. घामाघूम झालेली बापूची सोळा वर्षाची गंगा अन तिची मैत्रीन कावेरी, दोघांनी बापूला येतानी बघून आपली तलवारबाजी थांबिलि.

'अप्पा. इकडं याना अप्पा. उरकलीका तुमची पूजा? या इकडं.', गंगा मोठ्यानी बोबडं बोबडं वरडली.

गंगा आपली तलवार खाली धरून मान वाकडी करीत बापूकडं तिरक्या डोळ्यांनी बघाय लागली. गंगा थोडीशी अशांत, थोडीशी बोबडी अन थोडीशी लाजाळू होती. तिचा आवाज थोडासा पात्तळ अन थोडासा कर्कश होता. लहानपनि गंगेच्या जीवनात घडलेली एक घटना तिच्या मनावर खोल परिनाम करून गेली होती. जसा एक मासा गाठून गेलेल्या डपक्यातल्या चिखलात आपलं मुंडकं घालून जगायची धडपड करतो तशी ह्या गंगेची गत होती.

'याना बापू. धरा.', बापूला तलवार दाखीत कावेरी म्हनली.

बापूनि कावेरीची तलवार घेतली अन गंगेकडं गेले. ठन ठन ठन ठन ठन असा कडक आवाज करीत तलवारबाजी सुरु झाली. गंगा दिसायला बारीक होती. पन आंगानी लयी कडक अन लयी चपळ होती. तिच्या तलवारीच्या हालचालीसंगं तिचं सारं आंग भी सळसळ करायचं. गंगा बापूच्या सावलीत मर्दानी खेळ खेळत मोठी झाली होती. तीच्या जोमापुढं बापूला लयी वादूळ टिकता आलं नव्हतं. बापूचे सारे वार चुकवीत गंगेच्या तलवारिचं टोक बापूच्या मानेवर ज़ाऊन थांबलं. बापूनि लगीच आपलं हत्यार टाकून दिलं अन आपल्या पोरीच्या पाठीवर कवतुकाची थाप मारली.

'शाबास गंगे. हर हर गंगे.', नाना मोठ्यानी म्हनला.

गंगा लगिच बापूच्या पाया पडली. सारे लहान मुलं मुलीनि टाळ्या वाजित 'जय भवानी जय शिवाजी' चा जयजयकार केला.

'तुमच्या शिवाला भी हारु शकते का नही मी आता अप्पा?', गंगानि बापूला इचारलं.

‘हा मंग. शिवा कशाचा टिकतो तुझ्यापुढं आता.’, बापू म्हनले.

शिवा तिचा लाहानपानीचा दोस्त होता. दोघं संगच तालीमित जात होते. आता शिवा गढावर असतो.

गंगेकडं गावाच्या तालमीचा जिम्मा होता. गंगेनी गावातल्या अन गावा बाहेरून आलेल्या साऱ्या पोऱ्हा पोऱ्हींच्या चाललेल्या तालमीची बापूला बारकाईनि माहिती दिली.

‘अप्पा याचा इटाफेक लयी भारी हे. यिची तलवार हळूच हे अजून. भाल्या साठी याचे खांदे अजून कच्चे हेत. याचा बानावर लयी मजबूत डोळा हे. यनि आत्ताच कुऱ्हाड हातात घेतली हे. हे थोडंसं लागलं का नुसतं रडत बसतय. वसू मावशी कावेरीला रोज रोज तालमीला येऊन देत नही. असं कसं जमन. तुम्ही सांगा तिला.’, गंगा म्हनली.

गावाच्या अयीन मधी असलेल्या बापूच्या वाड्यातल्या अंगनात एक मोठं दगडाचं तुळशी वृंदावन होतं. त्याच्यात एक दाट हिरवीगार तुळस मोठ्या स्वाभिमानाने विराजमान होती. तुळशीच्या वासामूळं सारं अंगन सुगंधीत होतं. तुळशीच्यापुढं बापू अन सारे मावळे मांडी घालून एकामेका पुढं दोन रांगा करून बसले होते.

साऱ्यांपुढं असलेल्या तांब्याच्या परातीत गरम गरम चुरलेल्या भाकरीच्या डोंगरांवर वालाच्या शेंगाचा खळगुट वतलेला होता. तिथच एका टोपल्यात गंगेनी ताजे उपटून आनलेले कांदे होते. दुसऱ्या टोपल्यात आंब्याची खार होती. मोहिमेवर नुसती खारच खाल्यामुळं त्या दुसऱ्या टोपल्याला कोन्हीच हात लावला नव्हता. साला नंतर ह्या राकट मावळ्यांची अन दह्याची गाठ पडल्यामुळं जेवन संपायच्या आधीच साऱ्यांनी दह्याचे दोन्ही मोठे हांडे रिकामे करून टाकले होते.

अक्का अन गंगा वाढायला होत्या. दोन बाया भाकरी भाजीत होत्या. अन एक पोरगी पीठ मळीत होती. अक्कांनी खंडूची आवडती काऱ्हाळाची चटनी भी करून ठुली होती. खंडुनी इचारल्यावर अक्का म्हनली ‘मला वाटतच होतं तुम्ही अशात येनार हे म्हनून.’

‘कहीबी नको म्हनु अक्का तू. तुला कसं काय माहित का मी बापूच्या सालोसाल चालनाऱ्या जोखमीच्या मोहिमीतून सुखरूप वापस येईन म्हनुन?’, कांद्याची फोड चावीत खंडूनि अक्काला इचारलं.

‘जिभीला कही हाड हायी का रे खंडू तुझ्या? जेवतो का तू गपचूप?’, आक्कांनी तिच्या हिशोबानी खंडूला उत्तर दिलं.

खंडू नीट खाली मान घालून जेवायला लागला. तितक्यात हातात टोपलं घेऊन गंगा आली अन खंडूच्या ताटात बेसनाचा लाडू ठेवीत म्हनली ‘मी केलेत लाडू. अक्काला खरंच वाटलं होतं का तुम्ही सारे सुखरूप येनार हे म्हनून. दिवा लावू लावू बसत होती रोज. हे लाडू भी तीनाच करायला लावले होते.’

‘अक्का बस. आमच्यात जेव. कही नको आयकू त्या खंडूचं.’, नाना अक्काला म्हनला.

‘जेवन मी. तुमचं होऊ द्या. किती दिवसानी आलेत पोर्ह किती लांबून.’, अक्का म्हनली.

‘अप्पा तुम्हाला माहित हे का? आपलं राज़ं येनार हे आपल्या शंकराच्या पाय पडायला.’, गंगा बडबडली.

गंगेचं हे बोबडं बोबडं बोलनं आयकून सारे जन हापकले. अन आपला घास थांबून तिच्याकडं बघायला लागले.

‘कोन म्हनलं तुला गंगे?’, नानानी इचारलं.

‘नही मला एकदा सपान पडलं होतं.’, असं म्हनून गंगा एकटीच हसायला लागली.

हे आयकून साऱ्यांच्या जीवात जीव आला. अन सारे परत जेवायला लागले.

जेवल्या नंतर बापूनी घराघरात जाऊन साऱ्यांला भेट दिली. याच्यात कही आजारात गुतल्याले म्हातारे कोतारे होते. कही घरच्या भांडनात आकसून पडलेले मानसं होते. कही धारकार्यांच्या नुकत्याच विधवा झालेल्या पोऱ्ही भी होत्या. बापूनी ह्या साऱ्यांच्या अडचनि सबुरीनं आयकून घेतल्या. जेवढी शक्य झाली तेवढी लगिच मदत केली. कोन्हाला पैशे दिले होते. कोन्हाला धान्य दिलं होतं. कोन्हाचे भांडनं

मिटिले होते. तर कोन्हाला शिक्षा भी सुनावली होती.

बापू शेजारच्या आजारी पडलेल्या नामदेव मामाला अन त्यांची चिमुकली बडबडी नात भारतीला भेटायला त्यांच्या घरी गेले. शेनानी सारलेल्या भुईवर एका कोपऱ्यात नामदेव मामा पडून होते. त्यांच्या शेजारी त्यांची म्हतारी बायको, आंधळा लेक, सून अन त्यांची साथ वर्षाची नात, भारती बसली होती. अन बापू भारतीच्या शेजारी बसले होते.

'तू असं सारं गाव वाऱ्यावर सोडून साल भर भायर निघून जातो. अन मंग इथं आम्हाला कोन पाहीन? याचं काही हाई का तुला?', बारीक रुद्राक्षाची माळ दोर्यात ववीत ववीत आजी बापूला म्हनली.

'काय झालं आता मावशे?', बापूनी आजीला इचारलं.

'किती दिसा पासून आमच्या बाबाच्या दोन्ही डोळ्यात फुलं आलेले हेत. हायी का तुम्हाला माहित?', रुद्राक्षाच्या मन्यासंगं खेळता खेळता भारतीनि तिच्या मोठ्या आवाज़ात बापूला इचारलं.

'आपुन लगीच कहि तरी करू ना भारती. आता मी आलोय ना.', बापू म्हनले.

'तू मस करशीन लगीच. पन तू नसल्यावर तारांबळ होती ना माझी. हे असं कोपऱ्यात पडलेलं म्हातारं, हेव आंधळा लेक, हि अशी सून अन हि रग्गील भारती. तू नसल्यावर काय करायचं मी? तूच सांग बरं.', आजी म्हनली.

'आता इथून पुढं नही व्हनार तुला तरास. ती रुद्राक्षाची माळ आन इकडं.', बापू आजीला म्हनले.

'तुला नही केली ती. आपल्या राजाला केली. गढावर ज़ाऊन देनार हे मी त्याला. तू कही कामाचा नही.', हसत आजी बापूला म्हनली.

त्यांच्या गप्पा झाल्यावर बापूनी लगीच डोंगरा पलीकडच्या चिकित्सालयातुन महर्षि चरकला सम्मानपूर्वक बोलावन्याचा हुकूम दिला होता.

***

दुसऱ्या दिवशी तांबडं फुटल्या फुटल्या मावळे अपआपल्या घोड्याला तयार करून बापूच्या वाड्या पुढच्या वडा खाली जमा झाले.

अक्का बापूला जातानि कधीच बघत नव्हती. बापूची निघायची तयारी सुरु झाली, का अक्का तिच्या देव्हाऱ्यातल्या तांब्याचा छोटा गनपती, तांब्याचा बाळ गोपाळ, तांब्याची महादेवाची छोटी पिंड अन रंगीत वस्त्रांनी सजवलेल्या तांब्याच्या आई भवानीपुढं जप करीत बसत होती. बापू जाउस्तर सारं गंगीलाच बघाव लागत होतं.

देवळातले नव्वद वर्षाचे किसन बाबा आपल्या हातात एक छोटी पिशवी घेऊन वडाखाली आले.

लहानपनिच अनाथ झालेल्या किसननि आपली सारि जिंदगी शंकराच्या सेवेत लावली. अन ते किसन चे किसन बाबा झाले. किसन बाबाच्या डोळ्याचं तेज त्यांच्या वयावनि वाढतच चाललं होतं. त्यांच्या गोर्यापान कपाळावर चंद्रकोर शोभून दिसायचा. गावात त्यांचा लयी मान होता. ज्या दिवशी त्यांची तब्ब्यत बरी नसली त्या दिवशी देवळात कीर्तनच नव्हतं होत.

किसन बाबा ती पिशवी लाजत काजत नानाला देत होते. पन नाना कही त्याचा हात पुढं करीत नव्हता.

'नाना असं काय करतो तु? घी.', किसन बाबा म्हनले.

'बाबा आम्ही शंकराच्या दर्शनाला आलो होतो. येची काय गरज नही.', नानानि बाबाची समजूत घालायचा प्रयत्न केला.

तितक्यात बापू भी आले.

'बापू असं काय करतोय? सवराज्याच्या कामा मधी आमचा खारीचा का असाना पन वाटा पाहिजी का नही? लयी दिसापासून जमा करून ठुलेत. घी. पुढच्या बारीना अजून देयिन मी. सवराज्याचं एवढं पुन्य घाल आमच्या पदरात.', बाबा बापूला म्हनले.

बापूच्या इशाऱ्यावर नानानि ती पिशवी घेऊन घोड्याच्या पाठीवरच्या पोत्यात ठेवली. आपला खारीचा वाटा मावळ्यांनी स्वीकारलेलं बघून किसन बाबाचे डोळे भरून आले होते. त्यांनी मावळ्यांच्या तुकडीला हात जोडले.

'तुम्ही नसते तर कधीच ह्या गावाची सुन्नत झाली असती. माझा कधीच फकर

जमाल करून टाकला असता. म्हनुन हेव खारीचा वाटा.', किसन बाबानी मावळ्यांचं हात जोडून कौतुक केलं.

साऱ्या मावळ्यांनी हे मोठ्या अभिमानानि आयकलं.

'बाबा आपल्या राजा मुळं आम्ही हे. बाकी कही नही.', म्हनत बापू किसन बाबाच्या पाया पडले.

'आई भवानी तुमच्या पाठीशी असू दे.', म्हनत किसन बाबानी आशीर्वाद दिला.

तितक्यात वाड्याच्या चवकटीतून गंगा आपल्या हातात ताट घेऊन पळत आली.

'देवीचा भंडारा राह्यलाना अप्पा. तुम्हाला कहीच लक्षात नसतं अप्पा.', गंगा म्हनली.

'लाव.', कपाळ पुढं करून बापू म्हनले.

गंगानि एक एक करून साऱ्या मावळ्यांला भंडारा लावला.

'गंगे उरलो तर आपल्या राजाचे.', बापू गंगेकडं बघून म्हनले.

'नही तर खंडुबाचे.', गंगा बोबडं बोबडं जोरात म्हनली.

'हरं हरं महादेव.', साऱ्यांनी जयजयकार केला.

मावळ्यांनी घोड्यावर स्वार होऊन 'हरं हरं महादेव' च्या जयघोषात शंकरवाडीला निरोप दिला होता.

किसन बाबा घोड्यांच्या दिशेने हात जोडून हळू हळू पाय टाकीत आपल्या घराकडं निघून गेले.

घोड्यांच्या टापाचा आवाज वसरताच आक्का रडत रडत दारात आली. अन आपल्या गंगेला घट्ट आवळून गावा बाहेर जानाऱ्या वाटाकडं बघत चवकटितच उभी ऱ्हायली.

***

सूर्य नारायन डोक्यावर आला होता. ज़ोहरची नमाज़ उरकून एक मुगल शिपही आपल्या नेहमीच्या कामाला जुपला होता. निहत्या हिंदूनवर सवताच्या हातानी केलेल्या अगनीत पापाच्या वझ्यानी वाकून गेलेल्या ह्या मुगल शिपह्याचे डोळे पार

मरून गेले होते. रोज रोज होनाऱ्या कतलीला कटाळून त्या शिपह्याचं मन भी पार करपून गेलं होतं. पन जिवंत राहन्याच्या लाचारीनं तेव शिपही आपला सरदार जे म्हनन ते गपचूप करीत होता.

तेव शिपही लेकरांनी भरलेल्या डेऱ्यात गेला. अन एका कोपऱ्यात जमिनीवर रडत पडलेल्या दोन वर्षाच्या लेकराला घेऊन बाहेर आला. मंग त्या शिपहीनी त्या लेकराला आपल्या दोन्ही पंज्यात उचलून त्याच्या बेड्या घालून उभ्या जखमी बापापुढं धरलं. आपल्या बापाचं रक्तानी भरलेलं तोंड बघून ते लेकरू कर्कश आवाजात घळा घळा रडायला लागलं होतं.

'जल्दी से बोल की मुझे इस्लाम कबुल है.', शिपहीनि त्याच्या वरडून वरडून फाटून गेलेल्या आवाजात पोराच्या बापाला इचारलं.

अंगातून लयी रक्तं वाहून गेल्यामूळं त्या पोराच्या बापाचं डोकं बधिर झालं होतं. त्याला कहीच आयकु येत नव्हतं. अन कही सुचत भी नव्हतं. तेव नुसतं आपल्या सुजलेल्या डोळ्यांनी आपल्या लेकराकडं बघून ढसा ढसा रडत होता.

'इस्लाम कबुल है क्या? कबुल है क्या?', चीढुन हातातल्या लेकराला जोर जोरात झटके देत शिपहनि परत इचारलं.

हताश झालेल्या पोराच्या बापानि रडत रडत आपली मान हलवली अन त्या शिपह्याला नकार देत जमिनीवर कोसळला. लेकरु खाली पडलेल्या आपल्या बापाकडं बघून मोठ्यानी किंचाळ्या द्यायला लागलं होतं. आनखी एक नकार आयकून कटळून गेलेल्या शिपह्यानि त्या लेकराला शेजारी मैदानात उलट्या रवलेल्या भाल्याच्या टोकावर खुपसून टाकलं. भाल्याचं पातं त्या लेकराच्या पाठीच्या आरपार शिरलं होतं.

खचकन बंद झालेल्या लेकराच्या आवाजासंगच तेव शिपही भी सुन्न झाला होता. शिपह्याचे कान अन त्याचं मन दोन्ही भी बधिर होऊन गेलं होतं. त्याची नज़र भाल्याऊन खाली घसरत चाललेल्या गार रक्ताच्या वघळीला चिटकली होती. लेकराच्या रक्तासंगं त्या शिपह्याची नज़र भी हळू हळू खाली घसरत चालली होती.

जमिनीत पाझरलेल्या रक्ताला बघता बघता त्या शिपह्यानि त्याची बधिर झालेली

नजर परत वर केली. मैदानातल्या जवळ जवळ दोनशे भाल्यांवर सवताच्या हातानी खुपसलेल्या काफिरांच्या लेकरांकडं बघून त्याचा श्वास भरून गेला होता. त्याच्या उजव्या पायात थरकाप सुटला होता. त्याच्या काना माघून घामाची धार सुटली होती. त्याला रडू येत होतं. पन त्याच्या डोळ्याचं पानी हरपलं होतं. त्याला त्याचं पाप जानवलं होतं. पन त्याला ते रुजत नव्हतं.

तितक्यात त्याचा जोडीदार तिथं आला.

'क्या हुआ मियां? खड़े क्यूँ हो? अभी तो बोहोत काम बचा है.', जोडीदारानि त्या शिपह्याच्या खांद्यावर हात ठेऊन इचारलं.

'कुछ नही.', शिपही म्हनला.

शिपही आपल्या उजव्या पायाला झटकून अन डोळ्यांवर हात फिरून परत डेऱ्याकडं निघाला होता.

ह्या बारचीना त्याच्या हाताला सहा महिन्याचं लेकरू लागलं. त्यानी लगीच त्या लेकराला नेहून त्याच्या आजीपुढं धरलं. थरथर कापत एक धनगराची म्हतरी आपल्या रक्तभंबाळ झालेल्या डोळ्यांनि तिच्या नातीकडं बघत होती.

'मैं इस्लाम कबुल करती हूँ. आइसा बोल जल्दी.', आपल्या हातात सहा महिन्याचं गार पडल्यालं लेकरू दाखित तेव शिपही म्हतारीला म्हनला.

ह्या बारचीना त्या शिपह्याच्या आवाजात थकवा होता.

'हरं हरं महादेव.', थरथर कापत आपले दोन्ही हात वर करुन म्हतारी तिच्या बारीक घाबरलेल्या आवाजात म्हनली.

परेशान झालेला शिपही कही न बोलताच त्या लेकराला घेऊन मैदानाकडं निघून गेला.

शिपह्याच्या हातात गार पडलेली तिची नात बघून म्हतारीला आधीच कळलं होतं का ती मेली होती म्हनून.

दुसरा शिपही त्या म्हतारीचा खांदा धरुन तिला इहिरीकडं ढकलीत चालला होता.

ह्या धर्म विस्ताराच्या कारखान्याला सरदार बिलाल खान अन मनसबदार फकर

जमाल आपल्या उच आलिशान वाड्याच्या खिडकीतुन बघत होते. त्यांच्यापुढं गायीचे अन बकऱ्याच्या मासाचे निरनिराळे पदार्थ चांदीच्या ताटात मांडलेले होते. दोन्ही हुक्क्यात गुंग होते. पन फकर जमालच्या चेहऱ्यावर उदाशी दिसत होती.

'कियूं सोच रहे हो इतना फकर?', मासाचा तुकडा तोंडात टाकीत बिलालनि इचारलं.

'बादशहा से आप केह कियु नही देते कि अगर लोग चुपचाप अपना जिझिया दे रहे है. तो फिर ये बदस्तूर मार काट कियु?', वैतागून गेलेल्या फकर जमालनी एकदाचं त्याचं मन बिलालपुढं मोकळं करून टाकलं होतं.

'लोग अगर जिझिया दे रहे है तो जिझिया बढ़ाओ. उन काफिरों को अपने घुटने टेकने के लिए मजबूर करो फकर.', बिलाल म्हनला.

'पर ऐसा क्यों?', फकरनि इचारलं.

'एक बार खुद बादशाह बनकर तो सोचो फकर. पहले इंसान दौलत के पीछे भागता है. जब उसके पास दौलत आ जाती है तो फिर वो शोहरत के पीछे भागता है. बादशाही जैसी शोहरत पाने के बाद इंसान की जिंदगी में क्या बाकी रेह जाता है? बोलो फकर.'

'क्या?'

'इंसान का वो आखरी मक़ाम है दिन-ए-इलाही. और वोह सिर्फ दो चीजों से हासिल होता है. इनाम और खौफ से. जिसे ये रास्ता कबुल है उसे जन्नत हासिल होती है. नहीं तो जहन्नुम की आग.', म्हनून बिलालनि आपल्या नाकातुन हुक्याचा धुर काढला.

'पर मुझे तो ये बेबस लोग सोने नही देते. मैं जब भी अपनी आँखे बंद करता हूँ. हात जोडकर रो रहे छोटे छोटे बच्चे, औरतें, और बुढे मेरी आखों के सामने आकर खड़े हो जाते है. मैं जब भी अकेला होता हुं तो उनकी चिखें मेरे कानों में जोर जोर से सुनाई देने लगती है. वो कभी खामोश ही नही होती. हकीम भी कूच नही कर पा रहे. और रोज़ रोज़ के इस नशे की वजहसे मेरा दिमाग भी कभी कभी रुक जाता है.', डोळे बारीक करीत फकर म्हनला.

नशेत लाल झालेल्या डोळ्यांनी बिलाल फकरकडं बघत गालातली गालात हसत होता.

'तुम भी कमाल करते हो फकर. इस रुहाने सफर पर चलना इतना आसान थोड़ी है. ये सफर इतना आसान होता तो हर कोई सुल्तान बन जाता. जन्नत का ख्वाब देखने वाले ऐसी फिजूल की बातें नहीं किया करते मेरे दोस्त.', हसत बिलाल म्हनला.

'ऐसे तलवार के जोर पर दुसरों को मुसलमान बनाकर कौनसी रूहानियत हासील होती है? कई रोज़ों से सोया नहीं हूँ. बिना नींद के रूह काँप जाती है. सांस फूल जाती है. पैर थरथराने लगते है.'

'तुम ये कह रहे हो फकर? तुम्हारे अब्बू के गर्दन पर तलवार रखकर तुमको विष्णू से फकर जमाल नहीं बनाया होता तो आज तुम भी ऊन काफिरों के साथ अपनी जान की भिक मांगते खड़े होते. तुम्हारी ये बेचयनी से साफ पता चल राहा है कि अभी तुम खालिस मुसलमान नहीं बने हो फकर. इसीलिए ये सब सोच रहे हो. ज्यादा सोचो मत. तुम ये जेहाद नही करोगे तो कोई और कर लेगा. और काफिरों का कत्लेआम क़यामत तक बदस्तूर ऐसाही जारी रहेगा. इन्शाह अल्लाह. जानवर, पेड़-पौधे, पत्थर को आपना भगवान मानने वाली कॉम है ये.', मनसबदार फकरला त्याच्या मूळ अस्तित्वाची आठवन करून बिलालनी पान्याचा घोट घेतला.

हुक्क्याच्या धुरात हरवलेल्या फकरला धड नीट मुसलमान होत येता नव्हतं अन धड हिंदू.

'तुम मेरे अज़ीज़ दोस्त हो. छोड़ो ये सब. तुम अपनी कुस्तीपर ध्यान दो. अपने अखाड़े में पहलवानो को तैयार करो. ये वक्त सोचने का नही है. ये वक़्त अपनी जागीर को और फ़ैलाने का है. मराठोंका शिवा भी यहाँ नहीं है. और पता चला है की उसे आने में अभी वक्त है.', बिलाल म्हनला.

हुक्क्याचा धूर बाहेर काढीत बिलालनि त्याचा पुढचा बेत सांगून फकरला तयारी सुरु करन्याचा इशारा दिला होता.

'ये वक़्त सही है फकर. अफ़ग़ान सरदार अपना वक्त चुनने में कभी गलती

नहीं करते.', बिलाल म्हनला.

'जनाब पर बापू शेलार हमारे लिए एक बोहोत बड़ी आफत है. उस बाजीराव की वजह से बापू को हमारे बड़े मनसुबो का पता चल चुका होगा अब तक. उसे उसी दिन ख़त्म क्यों नहीं किया?', फकरनि एका अनुभवी सरदारावनि त्याला वाटलेली शंका जाहीर केली.

पन बापूचं नाव कानावर पडताच बिलालला बापूच्या हातून झालेला त्याचा अपमान आठवला. हुक्क्याच्या धुरानी भरलेलं बिलालचं डोकं अजून गरगर फिरायला लागलं. त्याचे डोळे रागानी फकरला बघायला लागले. फकरला वाटत होतं त्याचं कही चुकलं का काय.

'बापू एक पहाड़ी चूहे के अलावा क्या है? क्या है?', बिलाल म्हनला.

'बापू को तो खतम मै ऊस दिन हि कर देता. पर उस काफिर की आँखें निकालने से पेहेले उसे बोहोत सारे मंजर दिखाना चाहता हूँ. उसे तड़पा तड़पा कर मारना चाहता हूँ. बोहोत नाज़ है ना मराठों को अपनी ताकत पर? उन्हे दिखाना चाहताहूं की दक्कन में अब सरदार बिलाल खान से टक्कर है. यहाँ सिर्फ मुग़लिया सल्तनत होगी. सिर्फ मुग़लिया सल्तनत. ये मुलुख हमारा है फकर. ये मुलुख हमारा है.', बिलाल म्हनला.

एक लांब श्वास घेत बिलाल माघं तक्क्यावर टेकला.

'इंशाल्लाह', हळूच बिलाल म्हनला.

'इंशाल्लाह, 'इंशाल्लाह', हळूच फकर म्हनला.

दोघं हुक्क्याच्या धुरात गुंगले होते. एक शिपही आत आला अन त्यानी उचलून आनलेल्या दोन हिंदू बायांला बिलालपुढं हाजीर केलं.

'हुज़ूर हुकूम?', शिपह्यानि मुज़रा करीत बिलालला इचारलं.

गुंगलेला बिलालनि दोन्ही बयानला नीट खाली वर बघितलं. त्या दोन्ही बाया दिसायला सुन्दर होत्या पन सहासाथ महिन्याच्या गर्भवती होत्या.

'हरम में ले जाओ इनको.', खुश होऊन बिलालनि त्या शिपह्याला हुकूम दिला.

हे आयकून फकर डचकला होता.

'ये जायज़ है?', फकरनि बिलालला विचारलं.

'तुम जाके अपनि पहलवानी सम्भालों. जाओ.' बिलाल म्हनला.

फकरनि डोकं खाजीत आपले डोळे बारीक केले अन खाली मान घालून तिथून निघून गेला. शिपही त्या बयांसंगं तसाच उभा होता. बिलालची नजर त्या बायांवरून सरकत नव्हती.

***

दिवा लावायची अन पाखरं परतायची येळ झाली होती. घोड्यांला आराम देत मावळ्यांची तुकडी घोड्यांची लगाम धरून उच कड्याच्या काठा काठानि पायी चाललेली होती. तांबड्या आभाळामूळं खाली खोऱ्यात वाहात असलेली नागमोडी नदी एका बारीक तांबड्या फांदीवनि दिसत होती. अन बापुची शंकरवाडी फांदीला असलेल्या फुलांच्या ढगळ्यावनि दिसत होती. शंकराच्या मंदिरात चालू असलेल्या कीर्तनाचा आवाज थोडा थोडा कानावर पडत होता. त्याच्यात मानसा बेक्षा बायांचाच आवाज जास्त होता. खोऱ्यातून उडत येनारा हेव देवळातला आवाज मावळ्यांच्या घामानी भरलेल्या अंगाला अन चिरलेल्या तळपायांला बळ देत होता.

पन अंधार पडल्या पडल्या कीर्तनाचा हेव आवाज अचानक बंद झाला होता. अन लोकांचा रडन्याचा आवाज आयकू यायला लागला होता.

बापूनि लगीच काठावर येऊन खाली बघीतलं. खाली साऱ्या शंकरवाडीत जाळपोळ दिसत होती. लोकांच्या रडन्याच्या अन घोड्यांच्या खिंकाळ्यांमधी 'अल्लाहू अखबर' चे नारे भी आयकू येत होते. आपल्या शंकरवाडीला जळताना बघत असलेले बापूचे डोळे स्तब्ध होऊन बसले होते. बापू खोऱ्यातून उडून येनाऱ्या किंचाळीनि हादरून गेलेल्या आपल्या मनाची समजूत घालित होते.

लयी लांब असल्यामुळं परत फिरून गावाला मुगलांच्या तावडीतून वाचवनं शक्य नव्हतं. दुसरीकडं केसरीगढावर होनाऱ्या मुगलांच्या हल्ल्याची आशंका आता वाढली होती. सारे मावळे आपला राग दाबून बापूच्या माघं येऊन उभा ऱ्हायले होते. मावळ्यांची हि तुकडी संतापानी पळसाचं झाड होऊन बसली होती.

अक्का अन गंगेच्या इचारानी खंडूच्या डोळ्यांचे कोपरे भरून गेले होते. पन

त्याच्यातल्या मावळ्यानी त्याच्या डोळ्याचा बांध कही फुटू दिला नव्हता.

बापूच्या डोक्यात कधी अक्का अन गंगा आलीच नव्हती. शंकरवाडीतून उडनारी प्रत्येक किंचाळी अन आगेची प्रत्येक झळ त्यांच्या साठी अक्का अन गंगा होती. सवराज्याचं प्रत्येक लेकरू अन प्रत्येक वासरू त्यांच्या साठी अक्का अन गंगा होती.

नानाच्या मनात तर वादळच उठलं होतं. तेव लगीच बापू जवळ गेला.

'मी म्हनलोच होतो हेव बिलाल गप नही बसायचा म्हनुन. बापू तुम्ही कही काळजी करू नका. केसरीगढ कही लयी लांब नही आता. आपुन गढावर जाऊ अन तयारीला लागू. बिलालला येऊंद्या. त्याचा मुडदा केसरीगढावरच पाडू.', नाना म्हनला.

'आज तेव नुसता आपला राग शांत करायला आलाय. पन तू म्हनतो ते भी खरं हे. इथंच थांबायचा नही तेव. त्याला इथंच कुढं तरी धरला पाहिजे. नहीतर गढ गाठूस्तर लयी लोकांला मारून टाकीन तेव.', धैर्य पूर्वक अन संत श्वासात बापू म्हनले.

हे उत्तर आयकून नाना चकित झाला होता. तेव आपल्या माघं उभ्या मूठभर मावळ्याच्या तुकडीकडं बघायला लागला होता.

'एवढेच जनं मिळून कसं काय बिलालला धरायचं?', असं नाना मनातली मनात म्हनला.

पन बापूनि तर त्यांचा निर्नय घेऊन टाकला होता.

'तु साऱ्यांला घेऊन हेव खजिना गढावर न्ही. जाय.', बापूनी नानाला सांगितलं.

तसा हेव बापूचा हुकूमच होता म्हना. पन नानाला कही राव्हलं नव्हतं.

'अन तुम्ही?', डचकत्या आवाजात नाना म्हनला.

'नाना. तू काय पहिल्यांदा मला सोडून चालला का?'

'तसं नही बापू.'

'कही काळजी करू नको. जा निघ.', बापू नानाला म्हनले.

नाना इचारात पडला होता. त्यानी पटकन घोड्याउन भाकरीचं धूड़कं काढलं अन खंडूला इशारा केला. खंडू पटकन नाना जवळ गेला.

'बापू आता पोत कधीच तुमच्यापुढं एखादा शब्द पन काढायची हिम्मत नही झाली. आत्ता भी तुमच्या डोक्यात काय चाललंय त्याचा मला कही भी पत्ता लागाना. पन जे भी तुम्ही करतान ते आपल्या मुलूखाच्या हिताचंच करतान. याचा विश्वास हायी मला. पन तुम्हाला असं इथं एकटं सोडून जायला जीव तळमळ करतोय बाकी कही नही. ह्या बार्चीना एवढं माझं एक आयका. नही म्हनू नका. खंडूला तुमच्या संगं असुद्या.', नानानि काळजी पोटी विनंती केली.

बापूनी नानाच्या भावनेला अन इचारला समजून होकार दिला. हे बघून नाना खुश झाला होता. नानानि लगिच खंडूच्या हातात भाकरीचं धूडकं ठेवलं.

'आता इथून पुढं तूच माझ्या बापूची सावली हेस.', नानानि खंडूला बजावलं.

'अजिबात काळजी नका करू नाना. बापूच्या केसाला भी धक्का लागनार नही. किती भी बोकडं येउद्या अन कशे भी बोकडं येउद्या. तुमच्या पठ्याचं वचन हे तुम्हाला.', खंडुनी नानाला वचन दिलं.

नानानि आपल्यावर टाकलेला विश्वास सिद्ध करायची ख़ुशी अन बापूसंगं राहून मोठ्या गनिमी कावा सारखी युद्धनीती चा अनुभव घ्यायची संधी खंडूच्या डोळ्यात ठळक दिसत होती.

'लवकर केसरीगढ गाठा. अशी काळी खुट रात तर आपली दोस्तच.', बापू म्हनले.

'हा बापू.', म्हनत नाना घोड्यावर चढला.

घोड्यांवर स्वार होऊन सारि तुकडी नानाच्या माघं सह्याद्रीच्या दाट अंधारात विरळून गेली.

बापू अन खंडू शंकरवाडीकडं बघत उभे ऱ्हायले. एव्हाना खालून येनाऱ्या किरकाळ्या थकल्यावनि झाल्या होत्या.

'मला शक्ती दे. ओम नमः शिवाय.', बापूनी महादेवाचं स्मरन केलं.

'बापू आल्या वाटानी गेलं तर पुन्हा एक दिवस लागन. अन नीटच खाली उतरून गेलं तर जंगली जनरं हेत.', खंडू म्हनला.

'नीट खाली उतरू.', बापूनि हुकूम केला.

रातवा घेऊन दोघं आपल्या घोड्यांसंगं नीट खाली दरीत उतरायला लागले होते. काट्याचे मुंडके मोडीनारे कुरपं घालून निघालेले हे झुंजार कुठं थांबत असतेत व्हय?

उजळ्या शेपट्या घेऊन काज़व्याचे घोळकेची घोळके त्यांच्या माघं पुढं चलत होते. दिवसभर चलल्यामुळं दोघानच्या भी घोट्याचा लय आधीच बसलेला होता. अधून मधून धुक्याच्या बारीक सऱ्या येऊन गारठ्याचे सपके हानीत होत्या आन रानवाट आंधळी करीत होत्या. तोंडं वाफा मारीत होते.

जंगलात शिरल्यावर एका छोट्या नाल्याच्या पलीकडं बापूला बारीक चांदन्याचे घोळके चमकतानी दिसले. लगीच खंडूला सावध करून आपला घोडा तिथच उभा करून बापू हळू हळू त्या घोळक्याकडं निघले. खंडू आपली धोप बाहेर काढुन चवकढं लक्ष ठेऊन होता. बापू त्या घोळक्याच्या अजून जवळ गेले अन तिथून खंडूला म्हनले ‘हरनं हेत.’. असं म्हनताच हारनाचा कळप टन टन उड्या मारित अंधारात गायब झाला. बापू अन खंडू नाला पार करून शंकरवाडीच्या दिशेनी निघले.

नदीच्या काठावर थांबून त्यांनी घोड्यांला पानी पाजीलं. दोघांनी आपल्या अंगाला अन डोळ्यांला पानी लावलं अन आपले पाय गार पान्यात टाकून चोपले. चिंगऱ्या मास्यांनी दोघांच्या पायाला चांगल्याच गुदगुल्या केल्या होत्या. पान्यात चिंगरे मासे त्यांच्या पायांच्या कूर्पाचे कातडे टोकरीत होते. अन काठावर दोघं आपल्या कंबरेला असलेले गूळ फुटाने काढून खात होते.

शंकरवाडीतुन येनारा रडन्याचा आवाज कव्हाच गार झाला होता. पन गावावर झालेल्या अत्याचाराची झळ सळसळ करीत येऊन बापूला भिडत होती. त्याच्यामूळं बापूचा नदी काठचा विसावा लगीच मोडला.

डोक्या इतक्या गवतावर साचलेला दव त्यांच्या उघड्या खांद्या अन पिंढऱ्यांला रातभर डीवचलं होतं.

***

वर तुटकं फाटकं तांबडं डोकाऊन बघत होतं. पन अजून कही उजडलं नव्हतं.

अन इकडं आपले घोडे अन धोपी गावा बाहेर लपून धनगराच्या वेषात बापू अन खंडू शंकरवाडीच्या येशीत दाखल झाले होते. दोघांनी भी गोल ढवळे अंगरखे अन तांबडे पागोटे घालून खांद्यावर कांबळं वढले होते. दोघांच्या भी हातात डोक्या इतकि एक एक काठी अन कमरेला एक एक कुर्हाड होती.

नाकात दोरी टाकून झाडावर लटकिलेले मानसांचे अन पोऱ्हांचे मुंडके झोपडीच्या खांबांला, दाराच्या चवकटींला, झाडाच्या फांद्यांला, भिंतीच्या खुट्यांला अन छतावरून डोकून बघत असलेल्या यळुंला बांधलेले होते. बापू अन खंडू ते मुंडके सोडून पोत्यात टाकीत होते.

जवळच सांडलेल्या रक्तात बसलेल्या किसन बाबाचं रडनं कही थांबत नव्हतं. घळाघळा रडून त्यांचा आवाज पार बसला होता. पन डोळ्यातलं पानी कही थांबत नव्हतं. आपल्या गावावर झालेला जुलम बघून ते एक जीतं मढं होऊन बसले होते. ते कधी पुढं असलेल्या बगर मुंडक्याच्या धडांच्या ढिगार्याला हालून बघत होते. तर कधी त्यांच्या उघड्या जखमांतुन वाहनाऱ्या रक्ताला टक लावून बघत होते.

'किसन बाबा तुम्ही चला इथून. झोपा जरा. मी आलोयना आता.', बाबाच्या बाजूला बसून बापू म्हनले.

बाबानि बापूला बघितलं भी नही. अन बापूला कही उत्तर भी दिलं नही. त्यांचं सारं ध्यान धडांच्या ढिगाऱ्यावर होतं. बापू भी गप बसून किसान बाबाला बघत होते. त्या दोघांचे भी हातं पायं रक्तानी भरले होते. माघं खंडू गपचूप मुंडके काढून पोत्यात भरीत होता.

लयी यळा नंतर बाबानि बापूकडं त्यांची नजर फिरीली.

'लयी उशीर केला पोरा तू यायला.', बापूच्या डोळ्यात बघून किसन बाबा रडत म्हनले.

बापूला लयी लागले होते हे शब्द. पन बापू ते बापू. गप ऱ्हायले.

'बाबा चला देवळात जाऊन पडा ज़रा.', बापूनि बाबाला आग्रह केला.

पन बाबानि आता भी कहीच उत्तर दिलं नही. मंग रडत रडत आपली मान गुडघ्यात घालून बाबा म्हनले.

'कुठय तुझं देऊळ? अन कुठय तुझा वाडा?'

बाबाला एकटं सोडून बापू लगीच तिथून निघले.

जळून कोळसा होऊन रस्त्यात पडलेले प्रेतं, तुटलेल्या झोपड्या, फुटलेले घरं, मुंडक्यांचे मनोरे अन रक्ताच्या चिखलानी भरलेल्या गल्ल्या वलांडून बापू आपल्या वाड्यात शिरले. तिथं कोनिच नव्हतं. अन कहीच नव्हतं. अंगनातलं तुळशी वृन्दावन फुटलेलं होतं. उपटून फेकलेलं तुळशीचं झाड कुठंच दिसत नव्हतं. आत देवघरातले सारे देव इकडं तिकडं पसरलेले होते. त्याच्यात तांब्याची महादेवाची पिंड भी कुठं दिसली नव्हती.

'कोन्हि सापडलं का बापू?', खंडुनी दारातूनच इचारलं.

'नही.'

हे आयकून खंडूचं मन दाटून आलं.

'तुम्ही हत्यारं टाकून खानाला शरन जावं म्हनून दोघीला भी धरून नेलं असन त्यांनी.'

खंडू सवताला अन बापूला, गंगा अन रखमा अक्का जितं असल्याची भोळी आशा दाखयचा प्रयत्न करीत होता.

'आरं एक गंगा तर दुसरी भागीरथी हे. गनिमाच्या हाती नही लागायच्या. चल मंदिरात.', बापू खंडूला म्हनले.

एव्हाना शंकरवाडीत चांगलं उजडलं होतं. पन सकाळच्या पाखरांच्या माळी, देवळातला काकडा, ढोरांच्या गळ्यातल्या घंट्यांचा कल्ला अन गावातून नाचत नाचत शेताकडं जानारी गोधुली, हे सारं कुठतरी हरपून बसलं होतं.

रस्त्यावरचे प्रेतं बाजूला सरकित सरकित दोघं देवळाकडं निघले होते.

शिखरावरच्या हनुमानाच्या मूर्त्यांचे मुंडके खाली जमिनीवर पडलेले होते. कळस लांब वडाच्या पाराला ज़ाऊन धडकला होता. गोमुखाचं डपकं रक्तानी लाल झालं होतं. नंदीच्यापुढं एक भली मोठी गाय कापून टाकलेली होती. मंदिराच्या घेऱ्यावरच्या गोकर्ण, गुलबक्षी अन शेवंतीवर कापून फेकलेले बया अन लेकरांचे उघडे प्रेतं लोमकळत होते.

पन नंदी तसा कि तसाच उभा होता. त्याच्या कानाला भी धक्का लागला नव्हता.

नंदीपुढं डोकं टेकून बापू अन खंडू मंदिरात शिरले.

गाभाऱ्यातली पिंड सारि खंडित झाली होती. बापू अन खंडू लगीच खाली बसले. बापूचे हात आपोआप खंडित झालेल्या पिंडीवरची धूळ साफ करायला लागले. अन खंडूचे हात आपुआप सारिकडं पसरलेल्या पिंडीचे तुकडे गोळा करायला लागले. ह्या दोन वीरांच्या डोळ्यांचा बांध पार फुटून गेला होता. अन अश्रुंचे थेम्ब गाभाऱ्याच्या भुईवर आपटू आपटू मरायला लागले होते.

'आआप्पा. अ ओ अआप्पा. अ ओ अआप्पा.'

बाहेरून दमलेला कोरडा आवाज आयकताच बापू आपले डोळे पुशीत बाहेर पळत आले. बाहेर घाबरलेली अन पार दमून गेलेली गंगा नंदीला टेकून उभी होती. तिच्या कमरेला धोप होती. अन तीना आपला रक्तानी भरलेला डावा खांदा धरून ठुला होता. बापू जवळ जाताच गंगेनी आपलं आंग बापूच्या अंगावर टाकून दिलं. बापूनि तिला धरून तिथच नंदीच्या शेजारी बसून तिचं डोकं आपल्या मांडीवर घेतलं. खंडू तिला बघून लयी खुश झाला होता.

'तुम्हाला कव्हाच बघितलं होतं मी. पन वाटलं सपान बघती का काय मी यड्यावनि.', अर्धी जागी अन अर्धी तंद्रीत गंगा बोबडं बोबडं म्हनली.

'पानी आनतो मी.', म्हनुन खंडू पळाला.

'अक्काच्या अन माझ्या अंगाला अजिबात हात लावू दिला नही मी अप्पा. खरंच अप्पा. तुमची शपत. अजिबात हात लावू दिला नही. बरं केलं ना अप्पा. बरं केलं ना अप्पा मी?', असं म्हनत गंगाचे डोळे झाकायला लागले.

'हा हा चांगलं केलं तू पोरी. बरोबर केलं.', भरल्या गळ्यानं बापूनि आपल्या पोरीला उत्तर दिलं.

पान्याचा घोट घेऊन गंगेला जरा बरं वाटलं होतं. खांद्याला झालेल्या झखमीमूळं आपला जीव वाचन का नही ह्या भीतीनं गंगेनि आपल्या संगं घडलेला प्रसंग बापूला सांगून आपलं मन हलकं करायचं ठरवलं होतं.

'मि अक्काला घेऊन कावेरीच्या कापसाच्या वखारीत जाऊन लपले होते अप्पा.

खिडकीच्या फटीतून मी बघीतलं का मुगलाचा एक शिपही वसु मावशीचे केसं धरून वढीत होता. अन दुसरा शिपही कावेरीला त्याच्या हातात उचलून न्हेत होता. त्या दोघींला भी त्यांच्या सरदारपुढं नेहून उभा केलं होतं. मंग सरदारानि दोघानला खालीवर बघितलं अन कावेरीला घेऊन जा म्हनला. अन मावशीला त्या सरदारानी तिथच खाली बशीलं होतं. एक शिपही कावेरीचा हात धरून तिला वढीत न्हेत होता. कावेरी वसू मावशीकडं बघत बघत रडत चालली होती अप्पा. वसू मावशी भी तिच्या कावेरीकडं बघून मोठमोठ्यानी रडत होती. बघता बघता त्या सरदारानी मावशीचं मुंडकंच उडीलं. हे बघीतल्यावर कावेरीचं रडनं बंद झालं होतं अप्पा. अन ती गपचूप पुढं बघत त्या शिपह्यासंगं निघून गेली अप्पा.'

बोलता बोलता गंगेचा घसा कोरडा पडला. तीना दोन घोट पानी पिलं अन पुढं म्हनली.

'मी लगीच कापसाच्या ढिगाऱ्याजवळ गेले. तीथं अक्का लपून बसली व्हती. अक्का मला म्हनली "गंगे तू एक शूरवीर बापू शेलाराची पोर हे. तू एक हिंदू हे. अन तू आपला धर्म कधीच विसरनार नही. वचन दे गंगे." अप्पा मी लगिच अक्काला वचन दिलं. मंग अक्कानि पटकन तिच्या कमरेला खोसल्याली तांब्याची महादेवाची पिंड काढली. अन मला दिली. बाहेरून शिपह्यांचा आवाज जोरात येऊ लागला होता अप्पा. अप्पा तुम्ही आयकताय ना?', म्हनत गंगेनी थोडा दम घेतला.

'आयकतोय पोरी आयकतोय.'

'मी ती पिंड पटकन घेतली. अन माझ्या कमरेत खोसली. बाहेर गनिम दार तोडायला लागले होते अप्पा. मी लगिच बाजूला ठुलेली माझी धोप घेतली अन 'हरं हरं महादेव' म्हनत अक्काच्या गळ्यावर मारली अप्पा. हा अप्पा मी मारली माझी धोप माझ्या अक्काच्या गळ्यावर. अक्काच्या गळ्यावर अप्पा. मंग मी अक्कापुढं डोकं टेकून लगीच मागच्या दारानी शेता शेतानि निघून गेले अप्पा.'

गंगेचा गळा दाटून आला होता. तिच्या दोन्ही डोळ्यातून पान्याच्या धारा लागल्या होत्या. पन तिचं मन आता कापसावनि हलकं झालं होतं.

बापू अन खंडू आपल्या हैरान झालेल्या नजरेनी गंगाकडं नुसतं बघतच बसले

होते.

'वाटात आलेल्या दोन शिपह्यांचे पोट भी फाडले मी अप्पा. त्याच्यातच ह्या खांद्याला मार बसला.'

डोळे भरून आलेल्या गंगेनि सवताला सावरत आपली मान वर केली. बापूनी तिला पानी पाजीलं.

'कापसामूळं साऱ्या वखारीची राख झाली.', गंगा म्हनली.

गंगेनी आपल्या डाव्या हाताची घट्ट धरलेली मूठ वर केली.

'माझ्या शंकराला भी वाचवलं मी अप्पा. हे पहा.' असं म्हनत ती बेशुद झाली.

तिची मूठ हळूच सैल झाली. तिच्या मुठीत देवघरातली महादेवाची तांब्याची पिंड होती.

आपल्या पोरीचं धाडस बघून बापूची छाती गर्वानी फुगली होती. खंडू तर नुसता भयान झाला होता. बापूनी ती पिंड घेऊन आपल्या कमरेला खोसली.

'म्हनलं होतं ना तुला? हि माझी बोबडी गंगा हे. अन ती भागीरथी हे. चल बैलगाडी आन पटकन. अन अझून बघ कुठं कोन्ही हायी का.', बापू खंडूला म्हनले.

'व्हय बापू.' असं म्हनत खंडू लांब शेतात बैलगाडी सापडायला गेला.

बापू सारं इसरून मांडीवर झोपलेल्या आपल्या पोरीच्या तोंडाकडं बघत बऱ्याच वाढूळ नंदी शेजारी बसले होते.

***

झिजल्यालं वल्कल घालून सूर्यनारायन ढगा माघून डोकुन बघत होता. आज तेव त्याची आभा प्रभा कुठतरी इसरून आला होता. अन इकडं नदीकाठी खंडू बापूचं मुंडन करीत होता.

'बापू आपल्या वाटात नुसता चढच कामून लागला आसन बरं?', बापूचं मुंडन करता करता खंडू म्हनला.

'हेव जितका मोठा चढ़ दिसतोय ना खंडू, याच्या माघं आपल्याला तितकाच मोठा उतार भी लागन.', बापू म्हनले.

नदीच्या काठावर पानावलेले डोळे झाकून बसलेल्या किसन बाबाचा शोकाकुल

आवाजात मंत्र जाप चालू होता.

'ओम नमो नारायणा. ओम नमो नारायणा. ओम नमो नारायणा. ओम नमो नारायणा.'

पुढं जळत्या चितानची लांबची लांब रांग होती. घामाघूम झालेले अन रागानी भरलेले बापू अन खंडू काठीनि चितेचे लाकडं आत सरकीत होते. त्या आगीतून उठनारा प्रत्यक भडका त्या दोघांच्या मनाला अजून फौलादावनि मज़बूत करून जात होता.

बापू अन खंडूच्या शीखा भी आज पसून त्यांच्या ह्या दुर्घट वारीच्या साक्ष होनार होत्या.

लयी यळापसून लपून बसल्याली भूक लाजकाज त्यांच्यापुढं येऊन उभा राह्यली. नानानी दिलेलं धुडकं सोडून तिघांनी भी तिथच नदीवर भाकर ठेचा खालला. बापूनि किसन बाबाला बळच आर्धी भाकर खाऊ घातली होती. दऱ्याखोऱ्यात राहनाऱ्या गोर गरीब रयतेनं मायेनं रांधून दिलेल्या ह्या भाकरीचा एक एक घास मुलुखाच्या ह्या लढाईत मोलाची आहुती देत होता.

जिवंत सापडलेले तीन गावकर्यांला गंगेसंगं बैल गाडीत टाकून बापू अन खंडू जंगलाच्या वाटानि महर्षि चरकच्या आश्रमाकडं निघाले होते. चौघांच्या जखमांला हळद अन उकडलेला लिंबाचा पाला बांधला होता. पन तरी भी त्यान्हला आराम कही भेटत नव्हता. बापू बैलगाडी चालीत होते. अन खंडू त्याच्या घोड्यावर पुढं पुढं चलत होता. बापूचा गना बैलगाडीच्या माघं माघं चलत होता.

***

महर्षि चरकचं पतंजली आश्रम व चिकित्सालय जंगल संपलं कि डोंगराच्या पायत्याला शेकडो वनस्पतींच्या आवारात होतं. त्याच्या आयीन मधी एक मोठी पर्णकुटी होती. अन ह्या पर्णकुटीच्या चवकडून छोट्या छोट्या झोपड्या होत्या. पर्णकुटीपुढं एक भलं मोठं बकुळीचं नक्षीदार झाड होतं. त्याला बघितलं कि नेहमी त्याच्या वर गर्द हिरव्या पानांचा एक ढग दिसायचा. अन खाली त्याच्या पडलेल्या ढवळ्या फुलांची गोल चादर दिसायची.

हरनं अन मोरांचा कळप दिवस भर पर्णकुटीच्या आवारातच राहत होता. इथं गायीचं लयी महत्व होतं. त्यांची देखरेख स्वता महर्षि चरक करीत होते. त्यांची रोज सकाळी पूजा व्हायची. महर्षि चरक ह्या गायीचं तूप काढून मोठमोठ्या भांड्यात लयी दिस ठुत होते. आन मंग त्याच्यात निरनिराळ्या वनस्पती अन जडीबुटी टाकून त्याला अजून गुनकारी बनित होते.

तिथच एक मोठा पान्याचा दगडी हाउद भी होता. महर्षि चरक बिन वारशी प्रेतांला बराच दिवस त्या हाउदात बुडून ठेवत होते. पान्यात हळू हळू सडत असलेल्या प्रेताचा वापर ते मानसाच्या शरीराचा अभ्यास करन्यासाठी करीत होते.

पर्णकुटीच्या मागच्या बाजूला अश्वगंधाच्या नारंगी फुलाचे मोठे मोठे बाग होते. त्याच्या माघं जमिनीवर लांब पसरलेल्या गिलोयच्या काटेदार वेलाला चिटकून बसलेले त्याचे लाल भडक छोटे फळं अन नागिलीच्या पानावनि दिसनारे त्याचे पत्ते सारिकडं पसरलेले होते.

पर्णकुटीच्या उजव्या बाजूला गुडघ्या इतक्या उच लाजाळूच्या काटेरी झाडाचे फिक्कट गुलाबी रंगाचे दाट फुलं चमकत होते. त्याच्या संगच संकेश्वराच्या फांद्यावर सजलेले लांब देठाचे पिवळे फुलं अन हिरवे काटेरी गोंड्याचे गुच्छे जागोजागी पसरलेले होते.

दिवसभर अधून मधून गार वार्याचा सपका आपल्या संगं काठावरच्या बागा मधून तुळस अन कढीपत्याचा सुगंध घेऊन पर्णकुटीच्या आवारात टाकीत होता.

आत उपचार चालू होता. अन पर्णकुटीच्या बाहेर हवन कुंडात हवन चालू होता. महर्षि चरकचे पाच शिष्य मोठमोठ्यानी 'ॐ धन्वंतराये नमः ॥' मंत्राचा जाप करीत होते.

पर्णकुटीच्या मध्य भागी बसून महर्षि चरक गंगेच्या डाव्या खांद्यावर शस्त्रक्रिया करत होते. गंगेला मध अन लिंबू टाकून गुजाचा रस पाजल्यामूळं तीला झोप आली होती. त्यांचे शिष्य पुढं ठुलेल्या औषदाच्या तांब्यात कापसाचा बोळा भिजून गुरूजीला देत होते. ह्या तांब्यांत आवळा, बेहडा, शंखजिरे अश्या गुनकारी वनस्पतीचा काला होता.

चारही कोपर्यात चुलीवर ठेवलेल्या मातीच्या गाडग्यामधी शस्त्रक्रियेला लागनारे वनस्पतींचे रस उकळत होते. एक शिष्य पाट्यावर ताजे तोडून आनलेले हिरवे पानं अन बारीक लाल फुलं वाटीत होता.

बाकी जनांवर शेजारच्या झोपडीत उपचार चालू होते.

अंधार पडला होता. बापू अन महर्षि चरक संध्याकाळची पूजा आटपून बकुळीच्या झाडा खाली बसले होते. आता बापूचं सारं ध्यान बिलालावर वळलं होतं.

'तुमच्या आशीर्वादाने सारे जन लवकर बरे व्हतेन यची मला खात्री हे गुरुजी.', हात जोडून बापू महर्षि चरकला म्हनले.

'बापू तुम्ही कहीच काळजी करू नका. लवकर आल्यामुळं जखमांला पटकन झाकून घेता आलं. आता तुम्हाला घाबरायचं कहीच कारन नही. गंगाचा घाव थोडा खोल आहे. त्याला थोडा वेळ लागन.', महर्षिंनि बापूला आश्वासन दिलं.

'बरं वाटाय लागल्यावर गंगेला शेजारच्या कान्हेवाडीत धाडून द्या. घोडे भी द्या तिच्या संगं पाठून. एवढी विनंती. येतो आम्ही.', असं म्हनून बापू उठले.

महर्षिला चांगलं माहित होतं का बापू काय काळाच्या आटोक्यात नव्हते. त्यान्हला सकाळी जा म्हनन्यात अन जेवन करून जा म्हनन्यात कहीच अर्थ नव्हता. धनगराच्या वेषात बापू अन खंडू झाडाझुडपा मधून जंगलाच्या वाटानी निघून गेले.

***

पहाटच्या उजाडानी सारं आकाश भगवं झालं होतं. उच खडकाळ कड्याच्या टोकावर असलेल्या मोठ्या सपाट दगडावर बापू एकटेच उभा राहून आकाशात उगवलेल्या तांबूस पिंडाला एक टक नजरेनी बघत होते. रुद्रगढाची चिंता त्यांच्या चेहऱ्यावर स्पष्ट दिसत होती. मूठभर मावळे घेऊन हज़ारोच्या बिलाल खानाच्या फौजेवर धावून जायच्या इचाराने बापूचं मन थोडं दडपलं होतं. तितक्यात एक गार धुक्याची झुळूक बापूला शिवली अन माघुन एक दैविक आवाज़ आयकू आला.

'तो आपल्या उगवत्या हिंदवी स्वराज्याचा सूर्य आहे बापू. चिंता कसली करताय?'

हे आयकताच बापूनि जव्हा दचकून माघं बघितलं तव्हा त्यान्हला आश्यर्याचा झटका बसला. त्यांची मान आदराने आपुआप खाली झुकली, त्यांच्या डावा हात माघं गेला अन उजवा हात तीनदा पुढं जाऊन छातीला लागला.

'मुझरा करतो राज़ं.', आपल्यापुढं असलेले छत्रपती शिवाजी महाराजांना बापू म्हनले.

'मी आपलाच इचार करीत होतो राज़ं.'

'आम्ही तुमचं मन जानतो बापू. आम्हाला माहित आहे कि तुम्ही हा विचार करत आहात कि जर तुम्ही आपले मूठभर मावळे घेऊन बिलाल खानच्या समोर गेले अन आपल्या मावळ्यांचं कही बरं वाईट झालं तर आम्हाला काय वाटेल? हेच ना?', छत्रपती शिवाजी महाराज बापूला म्हनले.

आपल्या मनातलं महाराजांला आधीच कळलं होतं. हे बघून बापूचं मन हलकं झालं.

'हा राज़ं.', मान हालीत हालीत बापू म्हनले.

'ज्यांनी स्वराज्याच्या सेवेत आपल्या आयुष्यची आहुती दिली आहे त्यांनी घेतलेल्या प्रत्यक निर्णया माघं आई तुळजा भवानीचा आशीर्वाद नसेल असं कधी झालय का बापू? आम्हाला तुमच्यावर पूर्ण विश्वास आहे. स्वराज्यावर येनारे किती तरी आक्रमनाचे लोंढे जशे तुम्ही संपुष्टात आनले तसं हे आक्रमन भी तुम्ही कापून काढनार.'

महाराजांनि आपल्यावर परत एकदा दाखिलेला विश्वास बघून बापूचे डोळे आनंदाने पानावले. त्यांचं मन आनंदानी भरून आलं. आपल्या वल्ल्या डोळ्यावर पटकन हात फिरून जव्हा बापूनि परत पुढं बघितलं तव्हा त्यांच्यापुढं कोन्हीच नव्हतं. बापू एकटेच त्या दाट धुक्यात इकडं तिकडं बघत उभे होते.

खोल जंगलातल्या एका गुफेत घोंगडीवर झोपलेले बापू तटकन उठून आपल्या वल्ल्या डोळ्यांनी इकडं तिकडं बघायला लागले. त्यांच्या शेजारी खंडू झोपलेला होता. अन गुफेच्या तोंडाला लाकडाचं मोठं खांड जळत होतं. पडलेल्या सपानाला साक्षी मानून बिलाल खानला आडं जायच्या त्यांच्या वायद्यावर बापू आता ठाम

झाले होते. बापू उठले अन आगीपशी जाऊन शेकत बसले.

सारी रात बापू आगी पशी बसून बिबट्याचे चमकदार डोळे बघत होते. अन सारी रात तेव बिबट्या दगडाआड बसून बापूला न्याहाळत होता.

***

पहाटचं झुंजूमुंजू आपल्या संगं पाडवा घेऊन आलं. धनानि आधीच लांब लचक बांबूला धूवून त्याला धूप लाऊन ठुली होती. आता त्यानी बांबूच्या डोक्याला जांभळ्या तांबड्या रंगाचं लुगडं, हिरवागार ताजा लिंबाचा ढगळा अन लाल पिवळ्या झेंडूच्या फुलांची मोठी माळ बांधून त्याच्यावर कळसाचा तांब्या खोसला. त्या तांब्यावर त्यानी कुंकूंनी स्वास्तिक काढून टिपके दिले. ह्या गुढीला धनानी श्री कृष्ण मंदिराच्या शिखरावर नेहून बांधलं.

धना अंगांनी उभा आडवा अन रंगानी काळासावळा नयतरना गडी होता. त्याच्या डोक्यावर बारीक केसं, गळ्यात तुळशीची माळ अन हातात काळा दोरा होता. त्याचं मन लहान लेकराचं जरी असलं तरी त्याच्या अंगात हत्तीचं बळ होतं. लहानपना पासूनच अनाथ असल्यामुळं श्री कृष्णालाच आपला बाप अन आई मानून ह्याच मंदिराच्या आवारात राहून धना मंदिराची देखरेख करीत होता.

जमिनीवून दहा पायऱ्या उच असलेलं गोपाळवाडीचं हे प्राचीन श्री कृष्णाचं मंदिर होतं. मंदिराच्या सभामंडपात आज ज्ञानेश्वरी प्रवचनाची तयारी चालली होती.

सत्तर वरशाचे नामदेव महाराज प्रवचनाला आले होते. नामदेव महाराजांच्या कपाळावर गोल सुगंधी बुक्का होता. त्यांच्या गळ्यात तुळशीची माळ अन अंगावर पांढरं कापड होतं. त्यांच्या काळसर तेजस्वी चेहऱ्यावर बारीक पांढरी मिशी अन बारीक पांढरी दाडी होती. डोक्यावर बारीक पांढरे केसं होते. बोलता बोलता त्यांच्या कपाळावर अधून मधून त्रिकुण्डावनि तीन आडव्या रेघा उमटायच्या अन मिटून जायच्या.

दोन्ही डोळ्यांनी आंधळे असून भी जीवनात दोनदा काशीला ज़ाऊन आल्यामुळं अन ज्ञानेश्वरीला नुसतं आयकून पाठ केल्यामुळं भक्तांच्या मनात नामदेव महाराजांचं एक विशेष स्थान होतं. त्यांच्या मधा सारख्या गोड आवाजात

म्हातारपनात आलेल्या बारीक कर्कशपनानि त्यांच्या आवाजाला अजून मधुर केलं होतं. त्यांचं कीर्तन एकदा सुरु झालं का तास तास लोकं सभामंडपातून हालत नव्हते. डुलकी घेनारी मंडळी भी आपले डोळे तानून कीर्तन संपुस्तर बसत होती.

त्यांच्या संगं त्यांचा सेवक बळीराम आला होता. चाळीशीत असलेला बळीराम काडीवनि बारीक जरी असला तरी कामाला लयी चपळ होता. तेव उजव्या डोळ्यांनी तिरका होता. अन त्याचे वरचे दोन दातं त्याच्या वरच्या व्हटाला ढकलून बाहेर डोकुन बघत होते. नामदेव महाराजला बसायला आसन बनवने, ज्ञानेश्वरी ठेवन्या साठी ग्रंथधानी लाऊन त्याच्यावर कापड ठेवने, महाराजच्या बाजूला पान्याचा तांब्या ठेवने, कीर्तनाच्या फुलांची सोय करने, महाराजच्या जेवनाची सोय करने अशे सारे महत्वाचे कामं बळीराम करीत होता. त्याचा आवाज़ बारीक अन फाटका जरी असला तरी कीर्तनात महाराजला साथ देयची जीमेदारी बळीरामाचीच होती. ओवि म्हंता म्हंता महाराज कुठं थांबतेत अन आपुन कुठून सुरु करायचं हे सारं बळीरामाला पाठ होतं.

बळीरामानी गायला सुरु केल्यावर लगिच सारे वरच्या आवाजात टाळ्या वाजित बळीरामा माघं माघं गात होते. कीर्तनाला आलेल्या बगर सुरांच्या साऱ्या भक्तांचा आधार होता हेव बळीराम. ज्ञानेश्वरीच्या ओवीला दिलेल्या साऱ्या कर्कश चाली बळीरामाच्याच होत्या. महाराजांच्या साऱ्यात जवळ बसायचा मान भी बळीरामाचाच होता.

गावातल्या अंशी वर्ष्या पुढच्या चार म्हतार्यांनी बळीरामाच्या माघं जागा धरली होती. ग्रंथधानीवर पडलेले कही मोगऱ्याचे फुलं अन गुलाबाच्या पाकळ्या उचलून बळीरामानि ह्या म्हातार्यांला दिल्या होत्या. ग्रंथधानीवरचे फुलं भेटनं अन त्यांला आपल्या घरच्या देवळात नेहून ठेवनं भाग्याचं काम होतं. म्हातार्यां माघं डाव्या हाताला बायांची अन उजव्या हाताला मानसांची रांग होती.

आजारी मंडळी पांघरून घेऊन माघं भिंतीला टेकून बसली होती.

कासाच्या टाळांची खन खन, तेलतुपाच्या दिव्यांचा सोनेरी उजेड अन उदबत्तीच्या देवळ्या देवळ्या वासानि पाडव्याचा सभामंडप भरून गेला होता.

धनानि झेंडू, शेवंती अन मोगऱ्याच्या फुलांचे दोन हारं आनले. एक हार त्यांनी गाभाऱ्यातल्या श्री कृष्णाच्या मूर्तीला घातला. ताज्या पांढऱ्या अन केसरी फुलांचा हार त्या काळ्या मुरलीधरावर गोड दिसत होता. धनानी कृष्णाच्या बासरीच्या टोकावर एक पिवळ्या गुलाबाचं फुल भी ठुलं.

दुसरा हार धनानि नामदेव महाराजच्या गळ्यात घातला. महाराजच्या पाया पडून अन ज्ञानेश्वरीपुढं डोकं टेकून धना त्याच्या नेहमीच्या ठिकानी सभामंडपाच्या चवकटीवर जाऊन बसला. तिथं बसून त्याला महाराज भी दिसत होते अन मंदिराच्या बाकीच्या कामावर भी ध्यान देता येत होतं.

'एऱ्हवी सर्वांच्या हृदयदेशी | मी अमुका आहे ऐसी | जे बुद्धी स्फुरे अहर्निशी | ते वस्तु गा मी ||

साऱ्या मधीच हे मी. साऱ्या मधी. इतका व्यापक हे मी. कि एवढी भी जागा रिकामी नही. हो.

शून्य स्थावर जंगम व्यापुनि अकळ। बापरखुमादेवीवरु विठ्ठलु सकळ।

पाहे तिकडे बाप माय आहे विठ्ठल रखुमाई. कहाँ पग डारू देखे अनेरा। देखे तो सब उसीने घेरा।

जिकडं तिकडं तोच नटलेला आहे परमात्मा.', महाराज म्हनले.

आता महाराजनि सूर लावले.

'रूप पाहता लोचनी

सुख झाले ओ साजणी

तो हा विठ्ठल बरवा

तो हा माधव बरवा', म्हनल्यावर महाराजनी त्यांचा डावा हात वर करून बळीरामाला खुनीलं.

'रूप पाहता लोचनी

सुख झाले ओ साजणी

तो हा विठ्ठल बरवा

तो हा माधव बरवा', बळीरामा संगं साऱ्यांनी मंत्रमुग्ध होऊन अभंग म्हनायला

सुरुवात केली.

माऊलीच्या भक्तीत अन टाळांच्या गजरात ढवळून निघालेल्या ह्या श्री कृष्ण मंदिरापुढं फुपाटा उडीत मुगल घोडे येऊन थांबले.

मंदिरातून निघुन साऱ्या गावात पसरलेली 'तो हा विठ्ठल बरवा. तो हा माधव बरवा.' ची धुनी 'अल्लाहू अकबर' चा नारा आयकताच घासाचं वझं अवळील्यावनि बेंबीच्या देठाला आवळून बसली होती.

सारे लोकं तटा तटा उठून पटा पटा गाभाऱ्याच्या छोट्या दारात शिरायला लागले होते.

'चला महाराज. गनीम आलंय. गाभाऱ्यात जायचय. चला.', बळीरामानि नामदेव महाराजांचा हात धरून त्यांला विनंती केली.

'हे सारे कुठं चाललेत?', आवाजाच्या दिशेने बोट दाखित महाराजनि बळीरामाला इचारलं.

'गाभाऱ्यातच चाललेत. चला.', बळीराम म्हनला.

'मी कुठं नही जानार. मी इथंच बसून त्याचं नामस्मरन करनार.', महाराज हात झटकून बळीरामाला म्हनले.

'तू जा आत.', महाराजनि बळीरामाला सांगीतलं.

बळीरामाला कहीच सुचत नव्हतं. त्याचा जीव खालीवर व्हाय लागला होता. आपली मान फिरून तिरक्या डोळ्यांनी त्यानी चवकटित उभ्या धनाकडं बघीतलं. पन मंदिरापुढं उभ्या गनिमाला बघून धना आधीच थरथरायला लागला होता.

मंग बळीरामानि गाभाऱ्याकडं बघीतलं. तिकडं दाटी वाटी करीत लोकं आत शिरत होते.

आजारी असलेले दोन म्हातारे रांगत रांगत गाभाऱ्याकडं चालले होते. त्यातलं एक म्हतारं घाबरून त्याच्या गळ्यातली टाळ काढायला इसरलं होतं. ती टाळ अधून मधून टन टन वाजून आत गपचूप लपून बसलेल्या लोकांला अस्वस्थ करीत होती.

गाभाऱ्यातला दगडाचा मुरलीधर तसाच हातात बासरी धरून हसत उभा होता.

बळीराम शेवटी तिथच आपल्या महाराजच्या मांडी जवळ बसला. अन

महाराजसंगं नामस्मरन करायला लागला.

एव्हाना कासाच्या टाळांची खन खन, दिव्यांचा सोनेरी उजाड अन उदबत्तीचा देवळ्या देवळ्या वास भक्तांच्या घाबरलेल्या इंद्रियांला सोडून लांब निघून गेला होता.

'जय जय रामकृष्ण हरी
जय जय रामकृष्ण हरी
जय जय रामकृष्ण हरी
जय जय रामकृष्ण हरी'

आश्या आवघड घडीला भी नामदेव महाराजच्या आवाजात खोल अध्यात्मिक सुख होतं. करुनेने भरलेल्या महाराजांवर पापानि भरलेल्या गनिमाचं सावट कही पडू शकलं नव्हतं.

बळीरामाचं भी इकडं तिकडं डोळे मिचकित उलीतीली नामस्मरन चालू होतं. त्याचा आवाज़ चांगलाच आकसला होता.

बाहेर मुगल मनसबदार आपल्या दोन घोडेस्वार अन दहा पायदळ शिपह्यांसंगं उभा होता. त्यांच्या संगं एक बैलगाडी होती. जिच्यात टिकाव, टोपले, सब्बल अन फावडे होते. सरदारनि खाली उतरून त्याच्या कमरेतलं फर्मान काढलं.

आपला जीव वाचवायच्या आशेनी मंदिरातले कही लोकं बाहेर येऊन आपली मान खाली घालून उभा ऱ्हायले.

'काफिरांचे सर्व मंदिरं तोडायचा बादशाहचा हुकूम आहे. त्या हुकूमानुसार गोपाळवाडीचे कृष्ण मंदिर तोडन्यात येनार आहे. मंदिरातल्या सर्व छोट्या मोठ्या मुर्त्यानला तिथच गाडून त्याच्यावर मस्जिद बांधली जानार आहे. त्यानुसार हे कृष्णाचं मंदिर तोडन्याचे काम लगिच सुरु करन्यात येनार आहे. जर कोन्ही बादशाहच्या कामात दखल दिली तर त्याच्या बरोबर उचित कारवाही करन्यात येयिन.', आपल्या भेसूर आवाजात त्या मुगल मनसबदारानि फर्मान वाचलं.

हे आयकताच भोळ्या मनाचा धना लयी घाबरून गेला. तेव लगीच आपले खोडावनि कडक हात जोडून सरदारापुढं ज़ाऊन उभा ऱ्हायला.

‘अरे दादा असं काय करता? मी तुमच्या पाया पडतो. गोपाळवाडीच्या गोपाळाचं मंदिर हायी हे. आपलं दयवत हायी हे.’, धना सरदाराला म्हनला.

‘अय अब्दुल तु तर आपलाच मानुस हे ना. शेजारच्या गावाचा. असं काय करतोय भावा? तू आधी चंदू होता तव्हा दर अष्टमीला येयचाना पाय पडायला? सांग ना यांहला.’, धना एका शिपह्याला म्हनला.

हे आयकून तेव शिपही भाम्बरून गेला. तेव आपल्या मनसबदारापुढं गप खाली मान घालून उभा ऱ्हायला.

‘मला मारून टाका पन माझ्या कृष्णाला सोडा. तुमच्या पाया पडतो मी. हात जोडतो तुम्हाला.’, धनानि गुढघ्यावर बसून मनसबदाराला विनंती केली.

बाकीचे सारे लोकं गपचूप उभा राहून आपल्या अंगठ्याचे नखं बघत होते.

‘इस पागल को यहाँ से ले जाओ. जल्दी.’, मनसबदार वरडला.

असं म्हनताच एक म्हतारी आली अन धनाला घेऊन लांब उभा ऱ्हायली.

धनाच्या डोळ्यातून टचा टचा पानी निघत होतं. त्याचा घसा दाटून आला होता. लहान लेकरावनि असलेल्या त्याच्या भोळ्या मनानी त्याच्या कनखर आंगाला घाबरून टाकलं होतं.

‘ख़तम करो ये बूत परस्ती. जाओ शुरू करो.’, सरदार वरडला.

सारे शिपही बैलगाडीतून सब्बल, फावडे अन टिकाव काढायला लागले. धना एक एक आवज़ाराला टक लावून बघत होता. त्याच्या काळज़ात वावटळ उठलं होतं. पन रोज सकाळी उठून वारुळात गुळाचा भुगा टाकनाऱ्या धनाला आपलं तोंड दाबून घळा घळा रडन्या बगर कहीच सुचत नव्हतं.

शिपही सभामंडपाच्या चवकटीतून शिरताच बळीरामाची किरकाळी आयकु आली.

'कशाला मारताय? आंधळे हेत ते बाबा. आंधळे हेत ते बाबा.', म्हनता म्हनता बळीरामाचा आवाज़ बंद झाला.

आता मंदिरातून आयकु येत होता, तेव नुसता आतल्या लोकांवर केलेल्या वाराचा अन मूर्तीवर केलेल्या प्रहाराचा आवाज. गाभाऱ्यातून आयकू येनारी हि

पीडा धनाच्या मनात गार सऱ्यांचा सपका हानीत होती अन त्याचा श्वास दाबून धरीत होती.

'आयका माझं. नका पाडू. नका हे पाप करू. पाया पडतो मी तुमच्या.', धना लांबून मनसबदाराला म्हनला.

पन मनसबदाराचं सारं ध्यान मंदिरात शिरलेल्या शिपह्यांकडं लागलं होतं.

'मामा सांगना त्यांला कही.', रडत रडत धना शेजारी उभा असलेल्या म्हताऱ्याला म्हनला.

आपल्या जीवाची काळजी करीत ते म्हातारं तिथून खाली मान घालून निघून गेलं. त्याच्या माघं बाकीचे लोकं भी गपचूप निघून गेले.

धना गालावरचं पानी पुसत एकटाच उभा होता. त्याला हे सारं कही पाहवत नव्हतं. नाक शीकडून अन आपला गळा खाकरून धनानि त्या बैलगाडीतला एक टिकाव वढला अन माघून पळत जाऊन घातला त्या मनसबदाराच्या डोक्यात. असावध असल्याला मनसबदार लगीच आपलं डोकं धरून जमिनीवर कोसळला होता. त्याला कही समजायच्या आतच धनानि एका रागात असलेल्या लहान पोरावनि त्या मनसबदारावर अजून चार पाच घाव घातले. तेव मुगल मनसबदार मोठमोठ्यानि 'बचाओ बचाओ.' करीत वर्डायला लागला.

हे बघताच व्हते नव्हते साऱ्या लोकांनी आपापले दारं लावून घेतले.

आपल्या मनसबदाराचा आवाज कानावर पडताच एका माघं एक सारे शिपही आपली तलवार उपशीत मंदिराच्या बाहेर आले. कधीच रक्तं नही बघितलेल्या धनाचे दोन्ही पायं रक्तानी भरून गेले होते. त्याच्या साऱ्या अंगावर रक्ताचे शितोडे पडले होते. देवळातल्या एका पुजाऱ्याला अश्या अवतारात बघून मुगल शिपह्यांच्या डोक्यात मुंग्या आल्या होत्या. पुजार्यांबद्दलचं त्यांचं मत आता बदलून गेलं होतं. आता ते ह्या भोळ्या धनाला एक मुरलेला धारकरी समजु लागले होते.

आपल्या तलवारीचं टोक धनाकडं ठेऊन त्या शिपह्यांनी धानाला हळू हळू साऱ्या बाजूनी घेरलं. मनसबदाराच्या डोक्याचे दोन भाग झाल्यामुळं त्याचा जीव लगीच गेला होता.

शिपह्यांच्या डोळ्यात राग अन त्यांची आपल्याकडं येत असलेली चाल बघून धनाला कळून चुकलं होतं का आता त्याचं मरन आलंय म्हनून. त्याचे हात पाय सुन्न झाले होते. तसं त्याला कहीच सुचत भी नव्हतं. घामाघूम झालेला धना आपल्या हातात टिकाव धरून लांब लांब श्वास घेत चवकडं उभ्या शिपह्यांला तिरक्या डोळ्यांनी बघायला लागला. सारे शिपही भी धनावर नजर ठेऊन त्यांच्या म्होरक्याच्या इशाऱ्याची वाट बघत होते.

धनाच्या उजवीकडं उभा असलेल्या शिपह्यानि जसं धनाकडं यायला पाऊल टाकलं तसं एक छोटी फरशी कुर्हाड उभ्या सुदर्शन चक्रावनि उडत येऊन त्याच्या पाठीत खोल शिरली. त्या शिपह्याचा लगीच तोल जाऊन त्याच्या हातातली तलवार निसटून गेली. अन त्याची सारी पाठ रक्तं भम्बाळ झाली. ये सारं यख्खटी अन एकाच घटक्यात झालं.

लगिच बाकीचे शिपही धनावरचं आपलं ध्यान न हटवता कुर्हाड आल्याच्या दिशेनी बघायला लागले. त्यान्हला झाडा झुडपा शिवाय तिथं कोन्हीच दिसत नव्हतं. हि धनाची चाल समजून ते परत धनाकडं आपलं पाऊल टाकायला लागले. पन खरं म्हंजी धना भी उडती कुर्हाड बघून भाम्बुन गेला होता. शिपही आपल्याकडं यतानी बघून धनानि घाबरल्या घाबरल्या लगीच टिकाव वर उचलला अन इकडंतिकडं हालायला लागला.

तितक्यात अजून एक तशीच छोटी फरशी कुर्हाड गोल गोल फिरत यऊन धनाच्या डाव्या बाजूला उभ्या शिपह्याच्या छातीत शिरली. कुऱ्हाडीची आख्खी फरशी त्या शिपह्याच्या बरगड्या चिरित काळजात घुसली. तेव शिपही भी जागीच कोसळुन तडफड करायला लागला.

भाम्बरून गेलेल्या म्होरक्याच्या इशाऱ्यावर सारे शिपही लगिच पटा पटा इकडं तिकडं आड घेऊन लपले. कही मंदिराच्या प्रवेश द्वारात. तर कही झाडा माघं. तर कही दगडा माघं. हे बघून धनानि लगीच हातातला टिकाव टाकून दिला. अन एका घाबरलेल्या लहान पोरावनि तेव लांब झुडपात जाऊन लपला.

‘मावळं दौडतं घाटातं. माझ्या शिवबाच्या वाटातं. अय बोकडांनो. आमच्या

धन्याला एकटा बघून मारता व्हय रे.', म्हताऱ्या लिंबाच्या झाडा माघुन येऊन मल्हारी शिपह्यांला म्हनला.

मल्हारीचा आवाज तुतारीवनि खंकेबाज़ होता. तेव अंगानी श्याम रंगाचा होता. मल्हारी दिसायला हरनावनि बारीक, बांबूवनि लवचिक अन पोलादावनि रट होता. त्याच्या उजव्या कानात बाली, दंडाला अन गळ्यात काळा दोरा, चमकदार कपाळावर चमकदार चंद्रकोर अन कमराला दानपट्टा गुंढाळलेला होता. त्याचं हत्यार चालवनं बघितलं कि लोकं म्हनायचे 'त्याच्या अंगात खंडोबाचं वारं आलं'.

मोकळे हात अन ताठ छाती करून वाघाच्या चालीत मल्हारी मंदिरापुढं चलत आला. सारे शिपही त्यांच्या म्होरक्याच्या हुकुमाची वाट बघत अजून तसेच लपून बसले होते. उंटावनि लांब मानीच्या त्यांच्या अफगान म्होरक्याचं सारं ध्यान मल्हारीच्या मागच्या झुडपाकडं लागलं होतं.

'कोन्ही नही. एकटाच आलाय हेव मराठ्यांचा वाघ. उठा मुगली बोकडांनो उठा.', दोन्ही हात वर करीत मल्हारी म्हनला.

मल्हारीच्या माघं कहीच हालचाल होत नसल्यामूळं तेव एकटा असल्याची आता खात्री शिपह्यांच्या म्होरक्याला झाली होती.

आपल्या म्होरक्याच्या माघं माघं, एक एक करून सारे शिपही बाहेर आले.

'जाओ.', म्होरक्या म्हनला.

साऱ्या शिपह्यांनि मल्हारीपुढं घेरा घातला. त्यांचा म्होरक्या मल्हारीच्या आयीन पुढं येऊन उभा ऱ्हायला.

'हरं हरं महादेव. जय भवानी जय शिवाजी.' म्हनत मल्हारीनि आपल्या कमरेचा दानपट्टा काढला.

मल्हारी त्याच्या आयीन पुढं उभ्या म्होरक्याच्या डोळ्यात डोळे घालून बघायला लागला. गनिमाचा म्होरक्या भी आता गप उभा राहून मल्हारीच्या पहिल्या चालीची वाट बघत होता.

एकाच दमात मल्हारीनि आपला डावा हात अन डावा पाय पुढं आनुन आपला उजवा हात अन उजवा पाय माघं घेत आपल्या उजव्या हातातल्या पट्ट्याला जोरात

झटका दिला. मल्हारीचा दानपट्टा लगीच गोफनीवनि गरा गरा फिरायला लागला.

दुसऱ्याच दमात मल्हारीच्या दानपट्याच्या पातीच्या टोकानि उजव्या हाताला असलेल्या चाऱ्ही शिपह्यांच्या डोळ्यांच्या पापन्यांला वारं देत देत त्यांच्या म्होरक्याच्या गळ्याच्या हाडाचा तुकडा पाडून टाकला. तेव म्होरक्या लगीच त्याच्या हातातली तलवार सोडून दोन्ही हातानी आपला गळा धरून खाली पडला. आपला म्होरक्या पडल्यामुळं सारे शिपही गोंधळून गेले. ते अश्या टोकाच्या लढाईच्या तयारीनी आले भी नव्हते. ते नुसतं मंदिर पडायला अन गाय कापायला आले होते.

ह्या गोंधळात मल्हारी आपली दुसरी शिकार निवडीत होता. अन तव्हर रक्तानी भरलेला दानपट्टा मल्हारीच्या हाताला लोम्बकळत दम घेत होता.

आता दानपट्ट्याचा वार अडवन्या साठी सारे शिपही आपली तलवार खांद्या जवळ ठेऊन मल्हारीकडं चलत येयला लागले. मल्हारीनि लगीच खाली वाकून भवऱ्यावनि फिरून आपला दानपट्टा फिरीला अन गनिमाचे पायं, गुडघे अन पोटऱ्या चिरून काढल्या.

मल्हारीच्या दानपट्ट्याचं पातं झाडाच्या पानातुन वारं फिरतं तसं सळासळा फिरत होतं. तेव आता जखमी पायांमुळं वाकलेल्या गनिमांचे मुंडके, छाती अन कंबर चिरून काढीत होता. अन उभ्या गनिमांचे धडं, हात, मनगटं अन मांड्या कापून काढीत होता. सारे गनीम आता एक एक करित जमिनीवर कोसळायला लागले होते. एक शिपही तलवार खाली फेकून मंदिरा मागच्या डोंगरात पळत सुटला. मल्हारी लगीच दानपट्टा घेऊन हरनावनि उड्या मारीत त्याच्या माघं पळाला.

‘अय मल्हारी थांब.’, झुडपातून धनानि मल्हारीला आवाज दिला.

‘धना तू इथं नकु थांबू. दगडाकडं जाय. मी आलोच बोकड पाडून.’, मल्हारी धनाला म्हनला अन गनिमाच्या माघं पळत सुटला.

उभ्या डोंगराचा चढ ह्या तुर्कीतून आलेल्या शिपह्याला कशाचा झेपतोय. त्याची छाती लागली होती भरायला. त्यानी माघं वळून बघितलं तर मल्हारी आरामशीर उड्या मारीत मारीत येत होता.

'पळ तुला काय पाळायचं ते पळ. गनिमाला ह्या डोंगरात पळू पळू मारायचं. असा आमच्या राजाचा हुकूम हे. त्याच्यामुळं तू पळ.', मल्हारी म्हनला.

मल्हारी असं म्हनताच तेव शिपही अजून जोरात पाळायला लागला. पन डोंगराचे खडे अन काट्याचे वरबडे त्याच्या पायाला अन घोट्याला नव्हते जमले. तेव एका ठिकानि आपली छाती धरून थांबला.

मल्हारी लगीच त्याच्या जवळ गेला.

'जाऊदे मला. गलती हो गयी.', शिपही हात जोडून धापा टाकीत टाकीत म्हनला.

'गनीम आपल्या अंगावर आलं का त्याला शिंगावर घेयचं. असा आमच्या राजाचा हुकूमच हे. त्याला मी कहीच नही करू शकत लगी.'

'देखो मेरे पास एक खास सोने कि मोहर है. तुम रखलो और मुझे जाने दो भाई?', वैतागून शिपही मल्हारीला म्हनला.

'एका भी गनिमाला जीतं सोडायचं नही. सोडलं कि ते परत येतेत. असं आमचं राज़ म्हनतं. त्याच्यामुळं मी कहीच नही करू शकत लगी.'

'ऐसा मत करो भाई. तुम्हारे हात जोड़ता हूँ. जाने दो मुझे.'

'साऱ्या मराठ्यांची दहशत पसरली पाहिजी. पार दिल्ली पोत. मराठा म्हनला का असा थरारा उठला पाहिजी साऱ्या मुगलात.'

'मैं हात जोडता हूँ. अल्लाह के खातीर बक्ष दो मुझे.'

'तुम्ही आमच्या कृष्णाच्या मूर्तीला सोडलं का? व्हय? सोडलं?'

'बोहोत बडी गल्ती हो गयी भाई. मुझे मत मारो. मुझे माफ़फ़फ़फ़'

त्याचं बोलनं संपायच्या आतच दानपट्ट्याच्या पात्यानी त्याच्या गळ्याचं हाड कापून त्याची मान वाकडी करून टाकली. गनीम आपल्या दोन्ही हातानी गळ्याला दाबायला लागला. तव्हाच दानपट्ट्याचे सलग सात आठ वार येऊन गनीमाच्या तोंडावर, डोक्यावर, पोटावर, मांडीवर अन पायावर पडले. चिरा पडून रक्तं भंबाळ झालेला गनीम तिथच मुंग्यांच्या वारुळा जवळ लुंडकुन तडफडत पडला.

***

गोपाळवाडी पसून लांब झुळझुळ वाहत असलेल्या झऱ्याच्या पान्यात बसून मल्हारी आपल्या दानपट्ट्याला लागल्यालं रक्तं मातीनी घासून काढीत होता. अन धना एका उच्च दगडावर उदास बसला होता.

'तू आयकलं कामून नही माझं? कामून गेला त्या शिपह्याच्या माघं त्याला मारायला?', धना म्हनला.

'अरे धना. तुला नही महित कही. मी जव्हा लहान होतो ना? तव्हा माझ्या डोळ्यापुढं माझ्या घरचे सारे ची सारे अकरा जनं मारले होते त्या मुगलांनी. मी रांझनात लपलो होतो म्हनून वाचलो. आन आता मी सोडतोय व्हय त्यांला? अजून तर लयी मारायचेत.', मल्हारी म्हनला.

'मंग आता कव्हा जायचं आपुन परत गावात?', धनानि इचारलं.

'आता जव्हा आपल्या राजाचे पाय गोपाळवाडीला लागतेन तव्हाच. त्या सरदाराचं डोकं फोडायचं कोनी सांगितलं होतं. काय म्हनत असतेन ते मुगल? देवळातला पुजारी असं असतू काय?', मल्हारी म्हनला.

धना उदास डोळ्यांनी नुसतं त्याच्याकडं बघत होता.

'अन मंग आता कुठं जायचं?', धनानि इचारलं.

'आपल्या केसरीगढावर जाऊ. मंग बघू.'

'रस्त्यात गनीम भेटलं तर?'

'आरं माझ्या वाघ्या मधून जाऊना दाट जंगलातून. तिथं नयी यत कोन्ही. गनीम बिबट्याला लयी घाबरतं. अन इथले सारे बिबटे माझे दोस्तं हे. खंडुबाची शपत.'

पन धनाचं मन त्याच्या गोपाळवाडीतच लागलं होतं.

'मी हायी ना. नको काळजी करू तू.' दानपट्टा दगडावर ठेवत मल्हारी म्हनला.

'चल हान उडी.', म्हनून मल्हारीनि धनाच्या हाताला धरून त्याला पान्यात वढलं.

उच कड्याउन पडनाऱ्या झऱ्याच्या दुध्या बुडबुड्या पान्यात दोघं भूक लागूस्तर खेळत बसले होते.

***

पहाटचा गार वारा धुक्याला अन झाडांच्या पानांला ढकलीत ढकलीत आपली वाट काढीत होता. फुलपाखरं अजून आपले डोळे चोळीत होते. खारुताई जांभळ्या देत होती. सुग्रनीनं टाके मारायला, बेडकांनी डबक्यात सूर मारायला, खापर खवल्यानि गांडूळ मारायला अन थेंबांनी पानाच्या घसरगुंडी वरून मातीत निसटायला सुरुवात केली होती.

कड्यावरचं पानी आकाशातलं पितांबर वढून खोल दरीत झेप घेत होतं. अन दगडांवर आदळुन ढग बनत होतं. आपल्या धोपीनि ह्या पितांबरी ढगाला सळसळ कापीत बापू अन खंडू सकाळच्या तालमीत मगन होते. कडक तालमीमुळं त्यांच्या राकट अंगात आलेली गर्मी सकाळच्या गारठ्याला उधळून लावीत होती.

त्याच्या नंतर तिथच बाजूला त्यांनी गारगुटीनी आग लाऊन गाडग्यात भात शिजून खाल्ला. अन एक एक मधाचं पोळ वर्पिलं.

धुकं सावरल्यावर कवळ्या उन्हात बापू रोजच्यावनि पळत्या वाऱ्याची सळसळ, वाहत्या पान्याची खळखळ अन त्या मधी अधून मधून पडनारी पाखरांची कुजबुज आयकत एका झाडा खाली बसले होते. ते आपल्या शांत चित्तानि झाडावरून पडनाऱ्या बारीक सुकलेल्या पानांला बघत होते.

आज खंडू भी त्यांच्या माघं पद्मासन लावून बसला होता. एक पहर झाला तरी भी बापू तसेच मूर्तीवनि बसून होते. मुंगी इतकी भी हालचाल नव्हती त्यांच्या आंगाला. पहिल्यांदाच इतक्या वाढूळ बसल्यामूळं खंडूच्या डोक्यात कोढं पडलं होतं. त्याला कही राव्हत नव्हतं.

‘बापू एक इचारू का?’, खंडू खालच्या आवाजात बापूला म्हनला.

‘काय?’

‘तुम्ही घटका भरापासून ह्या पानानला बघताय. मलातर कहीच कळाना.’, खंडू त्याच्या मनात जे आलं होतं ते बोलला.

बापूला हे अपेक्षितच होतं. त्यांच्या डोळ्यात बारीक हसू आलं.

‘खंडू एखादी गोष्ट खरंच मनापासून पाहिजे आसन तर आधी तीचा इचार आपल्या आत मधी भक्कम पनी तयार कराव लागतो. त्याच्या साठी आधी डोकं,

मन, शरीर सारं शांत करावं लागतं. मन हलकं कराव लागतं. दुसरे सारे इचार आचार हळू हळू काढून टाकाव लागतेत. अन एकदा का ते झालं का मंग आपल्यावर शंकराची कृपा होती.'

'असं हे व्हय.', खंडू म्हनला.

पन तरी भी त्याला कही उलगडलं नव्हतं.

'बापू तुम्ही म्हनताय म्हनल्यावर कही तरी आसनच.', खंडू म्हनला. अन झुलत झुलत खाली येत असलेल्या पानांकडं बघायला लागला.

'आता मला भी त्या वाळलेल्या पानावनि हलकं हलकं वाटतंय बरका बापू.', म्हनून खंडूनि विषय सोडून द्यायचा ठरवला.

हे आयकून बापूला हसु आलं.

'आता डोळे बंद करुन बस. अन बिलालची तयारी कुठ पर्यन्त झाली ते बघून सांग.', बापू म्हनले.

'बरं बापू.', म्हनत खंडूनि गपचूप डोळे झाकले.

आपले डोळे झाकून खंडुनी लयी हुडकीलं. पन अंधारात त्याला बिलाल कुठंच सापडला नव्हता. अन बसू बसू त्याच्या मांड्याला मुंग्या भी आल्या होत्या. बापूला सांगायचं धाडस नव्हतं म्हनून खंडू गपचूप मनातल्या मनात अभंग म्हनत बसला होता.

'मकर कुंडले तळपती श्रवणी ।
कंठी कौस्तुभ मनि विराजितो ॥
तुळसीचे हार गळां कासे पीतांबर ।
आवडे निरंतर तें चि रूप ॥'

महाराजांच्या ध्यानात खंडू मगन झाला.

***

सकाळच्या कवळ्या उन्हाचे कवडसे सपराच्या अन दाराच्या चपट्या चपट्या फटीत शिरून हनुमंतवाडीच्या तालमीतल्या लाल मातीच्या हौदात लोळत होते. बाहेरून येनाऱ्या ताज्या शेनाचा अन पहिलवानांच्या घामाचा वास एकामेकाशी

कुस्ती खेळत होता. हनमा वस्तादच्या देखरेखीत सकाळची तालीम सुरु होती. लहान मोठे पोर्ह जोर बैठका अन सपाट्या हानीत होते.

उच कदकाठी, गोल मोठं डोकं, त्याच्यावर बारीक बारीक काळे केसं, चमकदार बदामी आंग अन मोगरीवनि रुबाबदार दंडाचा हनमा वस्ताद, हौदाच्या कडला बसून पोऱ्हांवर नज़र ठेऊन होता. पिळदार अंगाचा हनमा डोक्यानी लयी तापड होता. पन त्याला साध्या मानसावनि पटकन बोलता येत नव्हतं. तेव आधी मनातली मनात सारं बोलून बघायचा. अन मंग डोळे मिचकित भरकन बोलून टाकायचा.

लाल मातीच्या हौदात एका लहान पहिलवानानी दुसऱ्या पहिलवानाला माघून जाऊन पोटाला आवळून धरलं होतं. पन डाव कही पुढं सरकत नव्हता. हनमा वस्ताद त्यांच्याकडं बघून आपले डोळे मिचकायला लागला.

'अय बैला? आरं त्याचं मनगट धर. अन पुढं वाकून वढना त्याला खाली. का मोडू तुझी मान? कव्हर उभा राहतो तिथच?', हनमा डोळे मिचकित रागानि भरकन बोलला.

हनमा जे कही म्हनला ते सारं दोन्ही पोऱ्हांच्या डोक्याऊन गेलं होतं. ते दोघं कुस्ती सोडून हनमा वस्तादकडं वाकल्या नज़रेनी बघत उभे ऱ्हायले होते. बाकीचे पोर्ह भी त्यांच्याकडं बघत होते.

'तुमच्या मायला तुमच्या.', म्हनत हनमा उठला अन हवदात उतरला.

लगीच त्याच्या माघं एक मोठा धडधाकड पहिलवान तटकन उठुन हनुमाच्या बाजूला ज़ाऊन उभा ऱ्हायला. हनमाच्या इशाऱ्यावर त्या पहिलवानानि हनमाला माघुन जोरात आवळून धरलं. हनमानि आपल्या उजव्या हातानि त्या पहिलवानाचं उजवं मनगट जोरात धरून आपला उजवा गुढगा अन उजवा खांदा वाकून त्या पहिलवानाला खाली पाडलं अन त्याच्यावर लगीच ताबा घेतला.

'असं.', त्या पोऱ्हांला म्हनत हनमा मातीतुन उठला. अन परत आपल्या जागेवर येऊन बसला.

हात झटकुन बाजूला ठुल्याल्या कळशीतुन पानि पीता पीता त्याचं ध्यान दाराकडं गेलं. मेंढरांची लांब लचक रांग धूळ उडीत दारा पुढून चालली होती. ते

बघून हनमाला कोन्हाचा तरी भास झाला. तेव लगीच त्या मेंढरांकडं बघायला लागला. त्याचा भास खरा होता. मेंढरांची रांग संपताच धनगराच्या वेषात बापू अन खंडू दारात येऊन उभे ऱ्हायले. त्यांला बघून लगीच हनमाचे डोळे मिचकायला लागले.

'चालू ठेवा.', हनमा पोऱ्हांला म्हनला. अन तटकन उठून डोळे मिचकित हात जोडीत दाराकडं निघाला.

'मारुती राया पावला म्हनायचं अन काय आता. वा वा वा बापू वा वा. खंडूला भी आनलं वा वा वा.', हनमा भरकन बोलला.

हनमाला बापूला घट्ट मिठी मारायची होती. पन त्याचं सारं आंग मातीनी भरलं होतं.

'हे झटकून आलो. आपुन घरी जाऊ.', म्हनत हनमा घाई घाईनि आत गेला.

***

दारात तुळस लावायची भी परवानगी नसल्या मूळं, हनमानि त्याच्या छोट्याश्या घराच्या चिखलानी सारलेल्या सपाट भिंतीवर गेरूनि एक सुंदर तुळशी वृंदावन काढलं होतं. तुळशीला नमस्कार करतानि राम, लक्षुमन, सीता अन हनुमान भी काढलेले होते.

दुसऱ्या भिंतीवर गनपतीच्या चित्राच्या खाली देवळी होती. तिच्यात तेलाचा दिवा जळत होता. देवळीच्या दोन्ही बाजूनी ओम अन खाली स्वस्तिक होते.

घाम पुसून अन पागोटे मांडीवर टेकून बापू, खंडू अन हनमा शेनानी सारलेल्या भुईवर बसून जेवन करीत होते. भाहेर चूलीवर हनमाची बायको बाज़रीच्या भाकरी भाजीत होती. खंडूचं सारं ध्यान भाजलेल्या वांग्याच्या भरतात होतं. त्याच्यातल्या हिरव्या मिरच्या अन लसनानी त्याच्या नाकावर पानी आनलं होतं.

'बापू ह्या बारचीनि तरी मला तुमच्या संगं येऊ द्या. नहीतर कशाला बनीलं मला तुम्ही धारकरी?', हनमा म्हनला.

'येळ अली कि न्हेतो तुला. ह्या बारचीनि भी दंगली जोरात दिसत्यात तुमच्या गावात?', तांब्यातून ताकाचा घोट घेत बापू म्हनले.

६९

'हा बापू. खंडुबाच्या जत्रेला बंदी घातली. पन दर साल दंगली लयी जोरात बशीतेत हे मुगल.'

'मागच्या सालावनि या बारचीनि भी फकर जमाल आपल्या पहिलवानाला घेऊनयेनार हे?', बापूनि इचारलं.

'कोनच्या भी पहिलवानाला घेऊन येऊंद्या बापू. नही त्याच्या तोंडात माती कोंबिली तर तुमचा पठ्या नही.', म्हनून हनमानि कांद्याला तळ हातानी दाबून त्याचा भुगा केला.

'तसं केलं तर तेव फकर जमाल तुला संगं घेऊन जायीन.', नाकाचा घाम पुशीत पुशीत खंडू म्हनला.

'मी जातोय? त्या फकरच्या बापाची पेंड हे काय? हाराम्यानी तालमीतली हनुमानाची मूर्ती भी काढून नेहली.', हनमा रागानी म्हनला.

'बापू दंगल जिंकल्या वर तरी मला महाराजाला भेटायला नेतान का नही? त्यांला म्हनन राज़ं आमच्या गावात भी भगवा झेंडा कधी फडकनार हे. लयी वैताग आलाय. तुळशीचं झाड जरी दिसलं कुठं का उपटू उपटू फेकीतेत ते बोकडं.'

'राज़ं भी नाव काढतेत तुझं. माझा हनुमान कसा हे? त्याचा संवसार कसा चाललाय? असं म्हन्तेत.', बापू म्हनले.

हे आयकताच हनमाच्या डोळ्यात टचकन पानि आलं. त्याचा घसा भरून आला. अन त्याचे डोळे मिचकायला लागले.

'खरं काय बापू? तुमच्या तोंडातून हे आयकूनच ह्या जन्माचं पान फिटल्यावनि वाटतय.', हनमा भरल्या गळ्यानी म्हनला.

तेवढ्यात हनमाची बायको भाताचं गाडगं घेऊन अली. फुटके भांडे अन आपल्या बायकोचं फाटकं लुगडं बघून लयी बारीकवनि वाटायचं हनमा वस्तादला.

***

चारी बाजूनी जांभूळ, करवंद, आंबा अन आपट्याच्या दाट झाडांनी सजलेलं हनुमंतवाडी गावाचं सपाट मैदान लांब लांबून कुस्ती बघायला आलेल्या गावकर्यांनी गज़बज़लं होतं. दर साला सारखे यंदा भी मुगल प्रांताचे मनसबदार मोठ्या थाटानि

आपापले पहिलवान घेऊन आले होते. हळद, तूप अन फुलांनच्या पाकळ्यांनी माखलेली फुसफुशीत लाल माती मैदानाच्या मध्य भागी दंगली साठी तयार होऊन बसली होती.

एक एक करीत पहिल्या रांगीत सारे मनसबदार मंडपात आपापल्या जागेवर ज़ाऊन बसले होते. हनुमानाची आरती केल्या बगरच कुस्ती सुरु करन्यात आली होती. पन मैदानात असलेल्या साऱ्या हिंदूंनी अन कही नुकतेच मुसलमान झालेल्यांनि दंगल सुरु व्हायच्या आधी आपले डोळे झाकून मनातच त्या पवन सुताचं समरन केलं होतं.

कुस्तीचा डाव चांगलाच रंगला होता. घामानी अन मातीनी भरलेल्या पहिलवानांनची झुंझ अन त्यांन्ही वापरलेले निरनिळाळे डाव लोकांला चकित करीत होते. बाकीच्या मनसबदारांला मनसबदार फकर जमालचा अहंकार मोडून काढन्याची हि चांगली संधी भेटली होती. साऱ्यांनी मिळून मनसबदार फकर जमालच्या सुलतान पहिलवानाला चीत करायचा कट भी रचला होता.

सुलतान पहिलवानाला फकर जमालनि लयी जीव लावून सवताच्या तालमीत घडवलेलं होतं. त्याच्यावर चांगला खर्च केला होता. फकरला भरोसा होता कि ह्या सालच्या दंगलीत त्याचा सुलतान पहिलवान प्रांतात नावाजलेल्या अन कधीच कुस्ती न हरलेल्या रुस्तम पहिलवानाला चित करून ह्या मुगल प्रांतात त्याची दहशत कायम ठेवीन.

अन तसच झालं. सुलतान पहिलवानानि साऱ्या कुस्त्या जिंकल्या होत्या. आता साऱ्यात नावाजलेल्या अन कधीच कुस्ती न हारलेल्या रुस्तम पहिलवाना संगं त्याची आखिरची कुस्ती होती.

सुलतान पहिलवान अन रुस्तम पहिलवान यांच्यात चुरशीची कुश्ती सुरु झाली होती. साऱ्या लोकांनी रुस्तम पहिलवानावर पैज लावली होती. 'रुस्तम. रुस्तम. रुस्तम.' नि सारं मैदान रमून गेलं होतं. याच्यामुळं रुस्तम पहिलवान भी चांगला फुगून गेला होता. तेव सुल्तानवर तुटून पडला होता. पन सुलतान पहिलवान मोठ्या सबुरीनं आपलं ध्यान न भटकवता रुस्तम पहिलवानाच्या हालचालीवर नजर

ठेऊन सवताला वाचवित होता.

सवड भेटताच सुलतानिनि त्याच्या डाव्या हातानी रुस्तमच्या मानीला दाबून धरलं. अन आपल्या उजव्या हातानी रुस्तमचा डावा हात आवळुन धरला. लगीच रुस्तम आपली मान सोडायला दोन पावलं पुढं आला. तिसरं पाऊल टाकायच्या आतच सुलतानिनि त्याचा डावा पाय रुस्तमच्या उजव्या पायात अडकून त्याच्या मानिला ताकतीनं खाली वढलं. अन रुस्तम पाठीवर पडताच सुल्तानिनि त्याच्यावर पडून त्याला दाबीलं. सुलतानच्या ह्या मुलतानी डावात अडकून रुस्तम मल्ल चीत झाला.

पैज हारून बसल्यामुळं साऱ्या मैदानात अवकळा पसरली होती. तिकडं मनसबदार फकर जमालचे डोळे अहंकारानी भरून गेले होते. यंदाच्या दंगलीत भी त्याचं वर्चस्व तसच कायम ऱ्हायलं होतं.

'है कोई जो मेरे शेर सुलतान के साथ लड सके?', टाळ्या वाजीत उभा राहून त्यानी साऱ्या लोकांला आवाहन केलं.

हे आयकल्यावर पहिल्या रांगीत बसलेले मनसबदार गपचूप इकडं तिकडं बघायला लागले. फकरच्या डोळ्यात बघन्याची कोन्हाची हिम्मत नव्हती झाली.

'क्या कोई भी नही है इस शेर को हराने वाला? इतना बडा मुलुख और इसमें सिर्फ एक ही शेर है. मेरा शेर. और कोई नहीं. लानत है तुम सब पर.', असं म्हनत फकर जोरात हसला.

एका मनसबदारानि फकरकडं रागानी बघीतलं.

'देख क्या रहे हो? खुदको मुगल सल्तनत का मनसबदार कहते हो और अपने तालीम में एक भी शेर पैदा नही कर पाये जो मेरे इस सुल्तान के सामने खडा हो सके? लानत है तुम पर.', फकर त्या मनसबदाराला म्हनला.

त्या मनसबदारानि गप्प बसून अपमान सहन करून घेतला.

'इतनी बड़ी भीड़ में क्या सब कायर बैठे हुए है?', लोकांला बघून फकर जोरात वरडला.

तितक्यात गर्दीतून एका पहिलवानानी आपला हात वर केला. फकरनि त्या

हाताकडं बघीतलं.

‘मी ह्या हनुमंतवाडीचा हनमा वस्ताद हे.’, डोळे मिचकित हनमा म्हनला.

एका साधारन पहिलवानाला बघून सुलतानचं मस्तक गरम झालं होतं.

‘मर जायेगा. भाग जा यहाँ से. तुझे केह रहा हूँ.’, सुलतान हनमाला म्हनला.

हनमानि गपचूप आपले कपडे काढले अन लंगोट मधी फकरपुढं जाऊन त्याला मुजरा केला. मंग लगीच तेव सुलतानपुढं जाऊन मैदानात उभा ऱ्हायला.

‘इसकी लाश आपके कदमो में होगी हुज़ूर.’, रागानी भरलेला सुलतान जोरात मांडी थापटून आपल्या मनसबदाराला म्हनला.

माती कपाळाला लावून अन मांडी थापटून हनमा तयार झाला. दुसरीकडं सुलताननि भी दोन तीन जोरात शड्डू ठोकले. कधी हनमाच्या नरड्याला फास टाकीन असं झालं होतं त्याला. एकमेकाच्या कानावर अन डोक्यावर फटाफट फटके हानित कुस्ती सुरु झाली.

हनमाला उलथं पाडून एक हात त्याच्या खांद्यातुन अन दुसरा हात त्याच्या गुडघ्यातुन घालून सुलताननि एक मज़बूत झोळीचा डाव लावला होता. पन हनमानि आपल्या अंगाला जोरात झटका देत आपला खांदा त्याच्या पकडीतून बाहेर काढला. अन सुलतानच्या झोळीची होळी करून टाकली.

सुलतान कही गप बसनारा पहिलवान नव्हता. त्यानी परत एकदा हनमाला पालथं पाडलं. मंग सुलताननि पालथ्या पडलेल्या हनमाचा उजवा पाय आपल्या उजव्या बगलात बांधला. आता तेव हनमाच्या डाव्या पायाला पिळा देऊन हनमाला मोळीच्या डावात अडकायला लागला होता. पन सावध असलेल्या हनमा वस्तादानी आता भी आपल्या पायाला जोरात झटका देत सुलतानाच्या मोळीची होळी केली.

एका मामुली पहिलवानापुढं आपल्या पहिलवानाचे दोन मोठे डाव हुकतानि बघून फकर जमाल कावरा बावरा झाला होता. पन आपला राग गपचूप गिळून तेव त्याच्या जागेवरच बसून ऱ्हायला.

दोन्ही पहिलवान घामानी भरून गेले होते. सवड भेटन तव्हा ते एखादा छोटा श्वास घेत होते.

हनमाचा जीव घेयच्या इराद्यानी उतरलेल्या सुलतान पहिलवाननि आता हनमाच्या अंगावर धाव घेत त्याच्या माघून जाऊन त्याच्या पोटाला मजबूत पकड लावली. सुलतान आपल्या पाठी माघं आल्यामुळं घाबरून न जाता हनमानी थोडा श्वास घेत आपले दोन्ही पायं मातीत चांगले रवले.

‘सुलतान. सुलतान. सुलतान.’, सारं मैदान गाजलं.

मंग हनमानि आपल्या पोटाला आत वढून सुलतानाच्या उजव्या मनगटावर आपली मज़बूत पकड बनली. मंग हनमानि लगीच झटका मारीत आपल्या उजव्या गुढघ्यात वाकून आपल्या साऱ्या अंगाचा झोक पुढं सोडुन दिला. सुलतानाचं उजवं मनगट हनमानि चांगलं आवळून धरल्यामूळं सुलतानाच्या उजव्या कोपऱ्यावर चांगलाच तान पडला होता. आता हनमा सुलतानाच्या मनगटाला धरून सुलतानालापुढं वढीत होता. पन सुलताननि लयी वाढूळ हनमाला माघं थांबून धरलं होतं.

हनमाचं सारं वझं सुलतानच्या उजव्या हातावर अन खांद्यावर आल्यामुळं सुलतानाचे पाय आता हालाय लागले होते. सुलतानाचा मागचा पाय थोडासा वर आल्या आल्या हनमानि सुलतानच्या मनगटाला अजून पुढं वढलं. एव्हाना हनमाच्या पाठीला सुलतानचं सारं आंग चिटकुन बसलं होतं. आता सुलतानला हलायला जागाच नव्हती उरली. जसा हनमानि पुढं वाकून सुलतानच्या मनगटाला पुढं वढीत अजून एक झटका दिला तसा सुलतान अन हनमा दोघं मातीत आदळले. हनमानि सुलतानचं उजवं मनगट तसच धरून ठुलं अन लगीच सुलतानाच्या डाव्या पायाला आपल्या डाव्या बगलीत आवळुन त्याला गदालोट करून चीत केलं.

सारं मैदान हेव चमत्कार बघून मोठ्यानी टाळ्या वाजायला लागलं होतं. सारे मनसबदार भी उभा राहून टाळ्या वाजीत होते. त्यान्हला हनमा वस्ताद जिंकल्या बेक्षा मनसबदार फकर जमालच्या इज्जतीची माती झाल्याचा आनंदन जास्त झाला होता. तिकडं फकर जमाल रागानी लाल झाला होता. तेव आपलं डोकं खाजीत डोळे बारीक करून बसला होता.

आता सारे मनसबदार आपापल्या परीनी हनमा वस्तादला आपल्या संगं घेऊन

जायचा इचार करायला लागले होते. फकरला हे लगीच लक्ष्यात आलं होतं. त्यानी लगीच त्याच्या हशमला इशारा करून हनमाला त्याचापुढं हाजीर करायला सांगितलं.

हशमच्या इशाऱ्यावर हानमानि मनसबदार फकर जमालपुढं यऊन मुजरा केला. फकरनि आपल्या गळ्यातला मानिक मोत्याचा हार काढून हनमाला दिला.

'ये लो तुम्हारा बक्षीश.', फकर म्हनला.

हानमानि तेव हार मोठ्या आवडीनं आपल्या हातात घेतला. हिरे मोत्यांची चमक बघून त्याचं मन घसरायला लागलं होतं.

'तुम्हारी कुस्ती देखकर हम बोहोत खुश हुए. बोलो क्या चाहिए तुमको?'

फकर असं म्हनताच हनमाचे डोळे मिचकायला लागले. हनमाला त्याच्या डोळ्यापुढं त्याचं छोटंसं घर दिसत होतं. त्याच्या बायकोचं फाटकं लुगडं दिसत होतं. एवढा मोठा मल्ल असून अश्या गरिबीत राहायची त्याला आता किळस वाटायला लागली होती. टाळ्यांचा कळकळाट आयकून त्याला मनसबदारापुढं बोलायचं धाडस आलं.

'हुजूर मला ऱ्हायला घर नही चांगलं. मला खुराख नही चांगला. मी लयी गरिबीत राहतो. मला तुमच्या संगं न्ह्या. जीवन भर तुमच्या पाया जवळ राहून सेवा करिन. तुम्ही जे म्हनतान ते करिन. हा जीव तुमच्या पायात वतीन. मला तुमच्या संगं न्ह्या. ह्या दरिद्रीला पार कटाळून गेलोय मी हुजूर.', डोळे मिचकित अन हात जोडीत हनमा भरकन बोलून गेला.

'हमारे हशम बनोगे?'

'हा हुजूर. बनल. एका पायावर बनल.', खुश होऊन हनमा म्हनला.

हनमा बिन बुडाचा निघाला. बापूनि दिलेल्या शिकवनिचं सारं मारतं केलं त्यानी.

हनमाला आपल्या तुकडीत घेन्याच्या ख़ुशी बेक्षा दुसऱ्या मनसबदारांचे उतरलेले तोंडं बघून फकरला जास्त ख़ुशी झाली होती. हनमा त्याच्या मातीनं भरलेल्या ओंझळीत मानिक मोत्याचा हार बघून मगन झाला होता. चमचमते लाल, पिवळे,

हिरवे मोती बघून त्याचे डोळे चकित झाले होते.

तिकडं एका कोपर्यात सुलतान पहिलवान मान खाली घालून उभा होता. फकर जमाल काय शिक्षा देयीन याचा इचार करूनच तेव घाबरून गेला होता.

पन सुलतान पहिलवानाला आता एक गोष्ट लक्षात आली होती. झोळी अन मोळी चे दोन्ही डाव त्याचे कधी नव्हतेच. त्याला दमिन्या साठी हनमा वस्तादानी केलेला तेव एक कट होता. त्याला हे भी लक्षात आलं होतं का हनमा वस्तादनि दिवसभर त्याच्या कुस्त्या बघून त्याच्या कमज़ोऱ्या लक्ष्यात घेतल्या होत्या. एका मोठ्या पहिलवानाला दुसऱ्या मोठ्या पहिलवानाचं मन समजलं होतं. पन तव्हर लयी उशिर झाला होता.

***

खळखळत्या ओढ्याच्या सोबतीनि अन उच झाडांच्या दाट सावली सावलीनि कुऱ्हाडीनं फांद्या उडवीत खंडू बापूच्या पुढं पुढं दाटीवाटीतुन चलत होता. दोघांच्या कंबरेला हत्यारं अन पाठीला भाताचं वझं होतं. त्याच्यातच गुळाची ढेप, फुटाने अन रांधायचं तांब्याचं पातीलं भी होतं.

'बापू ज्ञानेश्वरीत जसं म्हन्लय ना?', चलता चलता खंडू बापूला म्हनला.

'काय?'

'धान्याच्या एका कना करता उंदीर जसा सारं डोंगर पोखरतो तसं लपायचं ठिकान शोधायला तुम्ही साऱ्या सह्याद्रीची परिक्रमा करता. हायी ना?'

'एका कणालागींण् उंदिरु । आसका उपसे डोंगरु । कां शेवाळोद्देशें दर्दुरु । समुद्रु डहुळी ॥', बापू म्हनले.

'हा. तेच.'

'गनिमाच्या सपनात भी गवसले नही पाहिजे मराठे. अशी पाताळ वस्ती तयार करायला लयी हिंडाव लागतं खंडू.', म्हनत बापू खंडूच्या माघं माघं चालत होते.

पाल्या पाचोळ्याच्या थरामुळं त्यांच्या पायाचे ठसे भी उमटत नव्हते.

कडे कपाऱ्या अन खोल दर्यात शिरून, रग्गीलवनि वाटात पाय रउन बसलेल्या काटेरी झाडाझुडपाला कापून, मोठमोठ्या दगडी दाटीतून निसटून अन रंग बिरंगी

फुलांच्या रांगांतून वाट काढीत बापू अन खंडू त्यांच्या खोल जंगलातल्या ठिकाऱ्यावर पोहोचले होते.

वढ्या शेजारी झाडांनी घेरल्याली सपाट जागा बघून त्यांही अधी तिथले खडे, दगडं अन पाला पाचोळा साफ केला.

आधी कुऱ्हाडीनि चांगल्या पात्तळ पन मजबूत छोट्या खोडाच्या तोंडाला धारधार टोकं केले. ह्या टोकदार खोडांनी जमिनीत लांब लांब खड्डे खांदले. मंग एकाच मापाचे लांब लांब दनकट खोडं कापून त्यांला खड्डयांमधी रवलं. मंग त्यांच्यावर सारि कडून लांब लांब आडवे खोड लावून त्यांला वल्ल्या वेलींनि चांगलं बांधून घेतलं. पुढच्या बाजूनि दारा इतकी जागा सोडली. आडव्या खोडांमधी जी जागा उरली होती त्याच्यात त्याच मापाचे बारीक बारीक खोड बांधून त्याला साऱ्या बाजूनी काट्या कुपाट्या लावल्या. मंग शेवटी त्याच्यावर लांब लांब गवताच्या दाट चादरी बांधून साऱ्या झोपडीला झाकून घेतलं. लाकडाच्या चवकटीला गवतानी झाकून दार बनीलं. अन दाराच्या बाहेर तीन गुळगुळीत गबरे दगडं मांडून चूल तयार केली.

दोघांनी वढ्यात आंघुळी करून अंगाचा सारा चिकटपना दूर केला. अंगावरचे छोटे मोठे वरखडे धून काढले.

आत बापू आपल्या तांब्याची शंकराची पिंड मांडून संध्याकाळची पूजा करीत होते. बाहेर चुलीवर भात अन खंडूनि येचून आनलेली फोडशीची भाजी शिजत होती.

लाल बुंद चुलीची ऊब अन खळखळत्या भाताच्या दुध्या दुध्या वासानी ह्या दोन वीरांचा सारा थकवा दूर केला होता.

जळत्या सर्पनाला आपल्या कुशीत घेऊन बसलेल्या चुलीच्या त्या तीन गुळगुळीत गबऱ्या दगडांच्या गालांवर खळ्या पडल्या होत्या. कारन त्या तिघांला भी आज पसून बापूनी त्यांच्या सवराज्याच्या मोहिमेत शामिल केलं होतं.

***

बापूच्या ह्या पाताळ वस्तीत रात झाली होती. आत टेम्ब्याच्या उजाडा खाली

बापू बाजीरावनि दिलेलं पत्र वाचित बसले होते. खंडू दारा पशी घोंगडीवर बसला होता.

'काय हे बापू त्याच्यात एवढं?', खंडूनि इचारलं.

'आपल्या सुब्या मधी रमझानच्या महिन्यात जास्तीत जास्त मंदिरं पाडा. लोकात दहशत पसरवन्या साठी मंदिर पाडायच्या अगूदर त्याच्यात गाय नेहून कापा. एक गडी मानुस मुसलमान झाला कि त्याला चार रुपये अन बाई मुसलमान झाली कि तिला दोन रुपये स्थानीय खजान्यातून दिले जावे. असं फर्मान हे.'

बापू असं म्हनल्यावर खंडू गप झाला. तेव शेजारी ठुलेल्या त्याच्या धोपीकडं बघत बसला. टेम्ब्याच्या उजेडात त्या धोपीचं पातं चमकत होतं.

'बिलालची जागीर आधीच एक हजार घाटा अन हजार सवाराची हाय. बादशाह बिलालला म्हनतुया कि तु जहागीर लवकर वाढीली पाहिजी. अन नेमकं आपलं राज़ं हायी मोहिमेला. आता बिलालनि पाच हजार घाटा अन पाच हजार सवाराची जरी जागीर करायची म्हनली, तरि बिलालला केसरीगढ, रुद्रगढ अन त्याच्या पुढचा महादेवगढ मुगलात शामिल करून घ्यावा लागन.', बापू म्हनले.

हे आयकून खंडूच्या मनात रागाची होळी पेटली.

'पन बादशाहनि तर मराठ्यांन संगं सुला केलाय ना जनू?', खंडूनि इचारलं.

'बादशाह हायी तेव. सवताच्या बापाला सवताच्या हातानि मारायला भिनार नही तेव.', बापू म्हनले.

खंडू इचारात पडला. बापू आपल्या डोक्यात गनिमी काव्याची योजना आखीत होते.

रातकिड्याची किरकिर अन वढ्याची इजल्याली खळखळ ह्या पेंगुळलेल्या रातीला हळू हळू ढकलीत चालली होती.

बाहेर पानी प्यायला आलेला हरनाचा कळप त्यांच्या आवारात उभारलेल्या झोपड्यापुढं घटका भर विसावा घेऊन निघून गेला होता.

***

सूर्यनारायन डोक्यावर होता. जुम्मा असल्यामुळं मुगल प्रांतात डोंगराच्या

पायत्याच्या तुळजावाडी गावात एका मशीदीपुढं बाजार लागला होता. वयाची पंचीशी गाठलेली बाई एका दुकानातून सामान घेत होती. त्या बाईचं आंग कडक अन मातीच्या तपकिरी रंगाचं होतं. तिनी लाल रंगाचं साधं लुगडं, हिरवं झम्पर अन कंबरेला जाड कापडी काळा पट्टा बांधलेला होता. तिच्या कपाळावर कुंकू अन हातात हिरव्या बांगड्या होत्या. तिचे काळेभोर केसं कमरा इतके लांब होते.

अफूच्या नशेत गुंगलेले दोन मुगल शिपही लांब उभा राहून कव्हाचे त्या बाईकडं तिरक्या नजरेनी बघत होते.

'पोरी वाटानं सांभाळून जा.', सामान देत म्हताऱ्या दुकानदारानि त्या बाईला सांगितलं.

त्या बाईनि लगीच त्या शिपह्यांकडं वळून बघितलं.

'का येऊ सोडायला म्हातारा म्हातारी पोत?', दुकानदारानि बाईला इचारलं.

म्हातारा म्हातारी डोंगरावरच्या वाटात अयीन मधल्या वळनावरची लयी जुनि धिप्पाडची धिप्पाड वडाच्या झाडांची जोडी होती. मूळ खोडाला सोडून अघळपघळ शंभर पारुंब्याचा घेरा होता ह्या म्हातारा म्हातारीचा.

'नगं मामा. जायिन मी.', ती बाई आपल्या धारदार आवाजात म्हनली.

ती बाई सामानाचं टोपलं डोक्यावर घेऊन डोंगराच्या वाटानी सरं सरं निघली. तिच्या माघं ते दोन शिपही भी निघले.

म्हातारा म्हातारीचं वळन सुरु झालं होतं. अन सारिकडं पसरलेला त्यांच्या पारुंब्याचा भला मोठा मंडप लागला होता. माघं माघं चालेले शिपही पारुंब्याच्या मधून पळत बाईच्यापुढं येऊन उभे न्हायले. आधीच दचकून चाललेली बाई आता अजून घाबरून गेली.

'बघा असं नका करू भाऊ. मला जाऊ द्या. आधीच उशीर झालाय.', बाई दोन्ही शिपह्यांला म्हनली.

'तुम्हे हमारे साथ चलना होगा.', एक ज़न म्हनला.

'कुठं?', बाईनि दचकून इचारलं.

'अरे यही पास मे हि है. बाद में तुमको तुम्हारे घर छोड़ देंगे.'

‘कशाला नेहताय मला तुम्ही?’

‘सवाल पूछने कि इजाज़त नही है तुमको. चूपचाप चलो. वरना दुसरा तरिका भी आता है हमे.’

त्या बाईला कहीच सुचत नव्हतं. शिपह्यांचा सबुरीचा बान भी आता तुटत चालला होता.

तितक्यात माघून बापू अन खंडू धनगराच्या वेषात चलत आले.

‘आहो तुमच्या पाय पडते मला जाऊद्या. मला हात लावू नका.’, म्हनत बाईचं शिपह्यांला हात जोडनं चालूच होतं.

‘हुझुर मायबाप. तुमच्या पाया पडतो जाऊद्या त्या आई बाईला.’, बापूनि हाथ जोडून शिपह्यांला विनंती केली.

‘ये तू चुपचाप जा यहाँ से. नही तो तुम दोनो को भी ले जायेंगे.’, एक जन बापूला रागवून म्हनला.

असं म्हनताच बापू त्या बाईकडं बघून कही न बोलताच गपचूप तिथून निघून गेले. खंडूला कही समजलं नव्हतं. तेव गप मान खाली करून बापूच्या माघं माघं चलत होता.

‘मी जाऊका बापू?’, बापूच्या माघं चलत चलत खंडूनि बापूला हळूच इचारलं.

‘आपुन आलोय कशाला? त्यांला हात भी लावला ना तर आपलं पुढचं सारं नियोजन वार्यावर पडन. गप चल.’, बापू खंडूला म्हनले.

पन खंडूला कही ते पचलं नव्हतं.

‘तिला नेहून इकितेन ते बापू.’, खंडूनि तळमळून सांगितलं.

‘असं म्हनतो?’

लगीच बापू शिपह्यांची नजर चुकीत शेजारच्या झाडीत शिरले. खंडूनि भी झाडीत उडी घेतली.

‘तुम्ही फक्त इशारा करा बापू.’, कमरेची कुर्हाड काढून खंडू म्हनला.

कहीच न बोलता बापू पारुंब्याच्या मंडपात दोन शिपह्यान मधी अडकलेल्या त्या बायीकडं बघायला लागले होते.

बाई तिच्या डोक्यावरचं टोपलं खाली ठेऊन त्या शिपह्यानपुढं हात जोडून उभा ऱ्हायली. एका शिपहीनि रागात पुढं येऊन तिचा हात धरला. त्या बाईनि लगीच त्या शिपह्याचा हात झटकिला.

'जाऊ का बापू?', फडफडत्या मनानी खंडूनि इचारलं.

पन बापूचं सारं ध्यान त्या बाई वर लागलं होतं.

'थांब.', बापू म्हनले.

अन तव्हाच डोंगरा खालून एक फिरकं वारं उठंलं. हिरव्या पानांनी भरलेल्या वडाच्या दाट फांद्या हत्तीवनि हळूच डुलायला लागल्या. वाळलेले पानं हळू हळू झोका घेत खाली पडायला लागले. कही पानं त्या बायीला शिवून चालले होते. वाऱ्या मुळं तिचे केसं अन साडी सळसळत करायला लागली होती.

एव्हाना दोन्हि शिपही वैतागले होते. एकानि त्याची तलवार उपशिली अन आपल्या ताठलेल्या नजरेनी त्या बाईकडं बघायला लागला.

बाईनि लगीच 'हरं हरं महादेव' चा जयजयकार करीत तिच्या कंबरेला बांधलेला काळा पट्टा सोडला. पट्ट्याला दोन्ही हातानी ताट धरुन आपल्या शिकारीवर उडी मारन्याच्या तयारीत असलेल्या वाघिनिवनि ती बाई आपले डोळे फाकून शिपह्यांपुढं ताट उभी ऱ्हायली.

असं वाटत होतं का तिच्या अंगात आई भवानीचं वारं शिरलय. दोन्ही शिपही कही हालचाल करायच्या आतच ती बाई तटकन आपले पाय जमिनीवर फाकून आपले दोन्ही हात अन हनवटी भुईला लावून त्या दोघानकडं रागाने बघून जोरजोरात गुर्रायला लागली. झाडाच्या पानांचा, वाहत्या वाऱ्याचा अन त्या बाईच्या बांगड्यांचा आवाज लांबून आयकू येत होता.

त्या बाईच्या अंगाचा बाज बघून खंडूला हादरा बसला. खंडूच्या हातातल्या कुऱ्हाडीची पकड थोडी सैल झाली अन त्या बाईकडं असल्यालं त्याचं ध्यान घट्ट झालं.

एव्हाना दुसऱ्या शिपह्यानी भी त्याची तलवार बाहेर काढली होती. ती बाई तटकन उठून छाती तानून आपला पट्टा पुढं करून त्या दोघांच्या मधी येऊन उभी

व्हायली. मरनाच्या खोट्या भीतीला साचून ठुलेल्या तिच्या डोळ्यात आता ह्या गनिमाच्या रक्ताचा घोट घ्यायची खरी तहान दिसत होती. हजारो सपाटे अन बैठकी मारून तयार झालेल्या त्या बाईच्या खांद्यात, कोपऱ्यात, मनगटात, कमरेत, गुढघ्यात अन घोट्यात एक अद्भुत शक्तीचा विस्फोट झाला होता.

दोन्ही शिपही लगीच तिला दोन्ही बाजूनी घेरून उभे व्हायले.

सारिकडून डुलत खाली येनाऱ्या पानांचा वर्षाव चालूच होता.

आपल्या डाव्या बाजूनी शिपह्याच्या तलवारीचा वार येताच त्या बाईनी त्या शिपह्यावर धाव घेतली अन सवताला त्या शिपह्याच्या खांद्यावर झोकुन देऊन त्याच्या मनगटाला पट्ट्यानि सरसर आवळलं. मनगट वाकडं झाल्यामुळं त्या शिपह्याची तलवार निसटून त्याचा सारा हात त्या पट्ट्यात अडकून गेलां होता. लगीच त्या बाईनी त्या शिपह्याचं मनगट ताट वढून त्याच्या खांद्याला पिळा देऊन अन त्याच्या पायात पाय गूतुन त्याला आपल्या पाठीशी घेतलं. मंग त्या बाईनी पुढं वाकून झटका मारीत त्याचं पट्ट्यात गुतलेलं मनगट जोरात पुढं वढलं. झटका मारताच भाम्बरलेला शिपही त्या बाईच्या पाठीवरून उडत यऊन तीच्यापुढं जोरात जमिनीवर आपटला.

आता लगीच त्या बायीनं त्या शिपह्याचं मनगट त्याच्या मानित अडकून पट्ट्यानि बांधून टाकलं. गळ्याच्या फासामूळं त्या शिपह्याचं तोंड लाल झालं अन त्याचे डोळे बाहेर येऊन फोडावनि फुगायला लागले. त्याचा मोकळा हात नुकत्याच कापलेल्या बोकड्याच्या पायावनि फडफडत होता.

त्या शिपह्याची जीव सोडन्या आधीची गदगद अन त्या बाईची जीव घेन्या आधीची डरकाळी दोन्ही संगच त्या म्हातारा म्हातारीच्या घेऱ्यात गाजायला लागली होती.

आश्यर्या बेक्षा भीतीनीच दुसरा शिपही भाम्बरून गेला. साडी घातलेल्या बाईला अश्या अवतारात त्यानी कधीच बघीतलं नव्हतं. एक बाईच्या हातानी अन ते भी काफिर बाईच्या हातानी मरायच्या इचारानीच त्याची सारी अफू उतरून गेली होती.

तिकडं खंडू एका शागिर्दावनि त्या बाईचं युद्ध कवशल बारकायीनं बघत होता.

बापू भी त्या बाईकडं कौतुकानी बघत होते.

'तयार हायिना तू.', बापू खंडूला म्हनले.

'हा बापू.', खंडू बापूला म्हनला.

आपल्या पट्ट्यात गुतलेल्या शिपह्याची झटक्यात मान मोडून त्या बाईनि पुढं उभा असलेल्या शिपह्यावर धाव घेतली. पुढून शिपहीची तलवार आपल्या पोटा जवळ येताच त्या बाईनी पटकन बाजूला झाप टाकला. त्याच्यामुळं शिपह्याचा झोक तलवारी सगट पुढं गेला. शिपह्याला त्याचा तोल सावरून माघं वळूस्तर बाईनि त्याच्या माघं ज़ाऊन त्याचा उजवा पाय धरून त्याला तोंडावर आपटीलं. त्या शिपह्याचं नाक फुटून त्याची तलवार निसटून गेली. त्या बाईनि लगीच त्या शिपह्याच्या मानीवर तिचा डावा गुडघा रवित त्याच्या गळ्यात पट्ट्याचा फास टाकून जोरात पिळा दिला. त्याचं तोंड लाल होऊन साऱ्या शिरा दिसाय लागल्या. तेव जोर जोरात कन्हू लागला होता. त्याचे डोळे बाहेर यायला लागले होते. कन्हत कन्हतच त्या शिपह्यानी त्याची मान खाली टाकून दिली.

ती बाई आपला पट्टा ढिल्ला करून दम घ्यायला लागीली. फिरकं वारं भी तिच्या संगं दम घ्यायला लागलं होतं.

'हरं हरं', पट्टा मोकळा सोडून बापूच्या दिशेनि बघून ती बाई मोठ्यानि वरडली.

'महादेव', झाडीतून आवाज़ आला.

'हरं हरं', ती परत वरडली.

'महादेव', म्हनत बापू अन खंडू तिच्याकडं भराभरा चलत येत होते.

कहीच डोकं न लावता खंडू बापूच्या माघं माघं चलत होता.

'बापू बरं झालं हे बोकडं आले होते. नही तर तुमच्या देखत गनीम पाडायला कुठं भेटलं असतं मला.', म्हनत ती आपला पट्टा कपाळाला टेकून परत कमरेला बांधायला लागली. तिच्या आवाज़ात एका वीर सैनिकाचा बाज़ होता.

'खंडू का रे तू?', बाईनि खंडूला इचारलं.

एव्हाना खंडूचं डोकं गर गर फिरायला लागलं. तेव बापूकडं टका टका बघायला लागला.

'हि रखमा.', बापू हसत म्हनले.

असं म्हनताच खंडूला त्याची अन बहिर्जीच्या भेटीची आठवन आली. त्याच्या डोळ्यापुढं धनवान व्यापाऱ्याच्या वेषात चलत आलेल्या बहिर्जी नाईकाचं रूप दिसत होतं. आता खंडूचा आनंद त्याचा मनात मावत नव्हता.

'नाईक म्हनले व्हते तीच का बापू?', खंडूनि उत्साहानी इचारलं.

'हा. हीच ती बहिर्जीची हेर रखमा.', बापूनि मोठ्या अभिमानानि सांगीतलं.

'रखमा अक्का मी लयी आयकलंय तुझ्या बद्दल. आत्ताशी भेट झाली.', खंडू रखमाला मोठ्या आदराने म्हनला.

'म्या भी लयी आयकल्यात खंडू मल्हारच्या दहशती. गनिमांकडून. सवराज्या पायी तिन्ही भावांचा जीव गेला तरी भी बापू संगं सह्याद्रीच्या रानवाटा तुडित फिरनारा खंडू तू. है ना?', हसत रखमा म्हनली.

खंडू भी हसला होता. रखमा 'गनिमांकडून' म्हनल्यावर खंडू अजून खुश झाला होता.

'हे घ्या सारं काढून.', बापू गनिमांच्या मढ्याकडं बघत म्हनले.

तिघांनी ते दोन्ही मढे म्हातारा म्हातारीच्या माघच्या कड्या खाली लोटून दिले होते.

'नही तरी आता हि जागा सोडावच लागन. हे बोकडं सापडूस्तर आपुन इथून निघून जाऊ.', रखमा बापूला म्हनली.

टोपलं घेऊन तिघं भी डोंगराच्या वाटानि निघले होते.

'शंकरवाडीची खबर लागताच म्या म्हनलं व्हतं का आता खानाला जहन्नुमला जायची घाई झाली दिसती. आता तेव भी जायीन अन शे पाचशे अजून जातेन त्याचा संगं वऱ्हाड घेऊन.', वाटानी चलत चलत रखमा बापूला म्हनली.

झाडांच्या सावलीतुन दाटीवाटीच्या रस्त्यानी ते तिघं एका माघं एक चलत होते.

***

पडझड झाल्यालं अन झाडा झुडपानि झाकुन गेल्यालं आई तुळजा भवानीचं हे दगडी मंदिर होतं. त्याचा सभामंडप अर्धा तुटलेला होता. सभामंडपाचे पुढचे दोन

दगडी खांबं अजून उभे होते. त्यांच्यावर बारीक नक्षीदार निरनिराळ्या महादेवाच्या पिंडी कोरलेल्या होत्या. काहींवर नाग येटूळा घालून बसलेला होता. तर कही बगर नागाच्या होत्या. कहींच्या योन्या पिंडी बेक्षा मोठ्या होत्या. तर कहींच्या पिंडी योन्या बेक्ष्या मोठ्या होत्या. कहींच्या खाली नुसते विष्णू होते. कहींच्या खाली विष्णू अन ब्रम्हा दोन्ही होते. कहींच्या खाली तर विष्णू अन ब्रम्हा, दोन्ही नव्हते. कहींच्या लिंगावर त्रिकुन्ड कोरलेले होते. तर बरेच बगर त्रिकुंडाचे होते. जागोजागी पिंडांच्या मधी ओम, स्वस्तिक, शंकं, श्री चक्र, कमळ, तुळस, त्रिशूळ, कळस, दिवा अन सूर्य कोरलेले होते.

मंदिराच्या दोन्ही खांबांवर गदा घेऊन उभे असलेले हनुमान कोरलेले होते. दोन्ही खांब हनुमानाच्या खांद्यापासून तुटले असल्यामुळं हनुमानाचे नुसते धडच दिसत होते. पन तरी भी दोन्ही खांबांला हनुमानाच्या शेपटीनं बुडा पोत घट्ट आवळून धरलं होतं.

रखमानि मंदिराची देखरेख करून मंदिराला जपून ठुलं होतं. तिथच बाजूला ती तिच्या झोपडीत रहात होती. पूजा साठी रखमानि झोपडीपुढं कन्हेर, सदाफुली, शेवंती अन झेंडूचे झाडं लावले होते. जांभळाच्या पानावनि पानं असलेल्या कावळीच्या येलानी तिची झोपडी पार झाकून गेली होती. बैलाच्या शिंगावनि त्याचे फळं साऱ्या झोपडी वर पसरले होते.

मंदिर अन झोपडीच्या मधी एक बेलाचं झाड होतं. रखमा मंदिराचं निर्माल्य ह्या बेलाच्या झाडापशी जमा करीत होती. झोपडीच्या माघं पाच पन्नास पाउलं चल्लं का एक छोटं तळं होतं.

कोन्हीतरी मंदिराची सेवा करतय म्हनून खालच्या गावातले उरले सुरलेले हिंदू रखमाला आपली पोर समजून जमन तसं मदद करित होते. अन रखमाची काळजी घेयला म्हातारा म्हातारी ची जोडी तर होतीच.

तळ्यावर आंघुळया करून बापू, रखमा अन खंडू पूजाला बसले. हाळद, कुंकू अन फुलं वाहुन बापूच्या हातानी आई तुळजा भवानीची पूजा झाली. आई तुळजा भवानीच्या ह्या तीन भुत्यांनी दिव्याची आरती घेऊन अन गुळाच्या खांडीचा प्रसाद

खाउन परत आईपुढं डोकं टेकीलं.

'चलायचं?', बापू रखमाला म्हनले.

रखमा लगीच उठली. पाठोपाठ बापू अन खंडू भी उठले.

मंदिराच्या माघं जमा केलेल्या बोरी, बाभळी, सडलेले लांब लांब लाकडं अन मोठमोठ्या खोडांचा ढिगारा होता. त्याच्यावर कुढं कुढं कोळ्यांचे दाट जाळे लागले होते. लहान मोठ्या घायपासाच्या झाडांनी खांद्यात खांदे घालून ह्या ढिगार्याला घेरून ठुलं होतं.

रखमा तिच्या ठरलेल्या जागेतून घायपासाच्या पानांला धक्का न लावता आत शिरली. बोरीची मोठी दाट फांदी बाजूला करून एका मोठ्या दगडावर टेकलेल्या आडव्या खोडाच्या खालून वाकून ती एका लाकडाच्या ढिगाराच्या आत शिरली. तिच्या माघं बापू अन खंडू भी शिरले. रखमानि लगीच ती बोरीची फांदी वढली अन ते खोड झाकून घेतलं. खाली सुका पालापाचोळा असल्या मूळं त्यांच्या पायाचे ठसे भी उमटले नव्हते.

उतरत्या पायर्ह्यांनि रखमा बापूला अन खंडूला खाली घेऊन चालली होती. जसं जसं ते पुढं जात होते तसं तसं वरहून फांदीतून पडनारा दिवसाचा कवडसा कमी व्हायला लागला होता. अन पुढं गुफेच्या अंधारात दाराच्या फटीतून येनारा मशालीचा कवडसा दिसायला लागला होता.

'दार उघड बया दार उघड. दार उघड बया दार उघड.', दारापुढं उभा राहून रखमा म्हनली.

रखमा याच्या अयिवजी जर दुसरं कही म्हनली असती नही तर याच्यातलाच एखादा शब्द चुकली असती तर हे भक्कम लाकडी दार कधीच उघडलं नसतं. अन लगीच आतले सारे जनं माघच्या दारानी निसटून गेले असते.

हे जड दार बाहेरून लाकडी जरी दिसत असलं तरी आतुन त्याला सारि लोखंडी जाळी होती.

'मावळं निघालं घाटानी. माझ्या शिवबाच्या वाटानी.', दारा माघून शिवानि गान्याच्या चालीत उत्तर दिलं.

शिवा याच्या अयिवजी जर दुसरं कही म्हनला असता नही तर याच्यातलाच एखादा शब्द चुकला असता तर हे भक्कम लाकडी दार कधीच उघडलं नसतं. आतलं संकट वळखून बाहेरचे लोकं लगीच बाहेरची बाहेर निसटून गेले असते.

इटकरी घरान्याचा वारसा असलेल्या शिवानि ते अवज़ड दार आतल्या बाजूला वढीलं. तिघं आत शिरताच शिवा बापूला बघून आनंदानी भरून गेला.

'कसा हे शिवा?', बापूनि इचारलं.

'बरा हे.', शिवा म्हनला.

'जितका मोठा चढ?', बापू म्हनले.

'त्याच्या माघं तितकाच मोठा उतार.', शिवा म्हनला. सारे हसले.

बापूनी लहानपनि तालमीत सांगितलेला मंत्र शिवा इसरला नव्हता. शिवाला बापूसंगं आजून बोलायचं होतं पन कामानी अन वयानी अजून अखूट असल्यामुळं त्याला साऱ्यापुढं कही म्हनता आलं नव्हतं. त्यानी आपलं गपचूप दार लावून घेतलं होतं.

रखमा बापूला पहिल्या खोलीत घेऊन गेली. खोलीत एका कोपऱ्यात एक ज़न शास्त्रा प्रमानी पिंपळाच्या झाडाची साल, काळं मीठ अन कूठाचा चुरा गोमूत्रात घोळीत होता. अन दुसरा ह्या विषारी खळात बानांच्या टोकांला बुडीत होता.

खोलीच्या दुसऱ्या कोपऱ्यात एका मोहिमेत घायाळ झालेलं एक जोडपं आराम करीत होतं.

'नुकतच लग्न झालं होतं यांचं. नवरीची मेहंदी भी तशीच हे अजून.', रखमा म्हनली.

बापू ज़ाऊन त्या जोडप्या पशी बसले. खंडू अन रखमा बापू शेजारी बसले. त्या कोपऱ्यात हळदीचा अन लिंबाचा तिरिमिरी तिरीमिरी वास घुमत होता.

खरंच त्या पोरीच्या हातावर मेहंदीनि काढलेला श्री कृष्णा आपली बासरी वाजीत उभा होता. हे जवान पोर्ह पोऱ्ही बघून बापूला अभिमान वाटत होता.

'हेव मुकुंदा बांदल. अन हि त्याची बायको राधा बांदल.', रखमा म्हनली.

बापूनि दोघांकडं बघीतलं. मुकुंदाच्या डाव्या डोळ्याला रक्तानि भरलेली पट्टी

होती. अन राधा बांदलचा डावा पाय मांडी पासून कापलेला होता. त्याला वैद्य बाबानी मसाला लावून चांगलं बांधलं होतं. इथूनच तेव तिरीमिरी तिरीमिरी वास येत होता.

बापूनि त्यांचे बोटं मुकुंदाच्या डोळ्याच्या पट्टीवर फिरीले. अन मंग राधाच्या डोक्यावर आशीर्वादाचा हात ठेवला.

'केसरीगढाऊन राधा खबर घेऊन निघली होती. फकरच्या दहा बारा सैनिकांनी तिला बकुळीच्या खिंडीत घेरलं. मुकुंदा तिच्या पाठीशीच होता. दोघांनीच त्या टोळीला धुडकुन दिलं अन झुडपात घुसून लपून ऱ्हायले. थोडा मार लागलाय पन पाच गनीम भी पाडले ह्या दोघांनीं. मुकुंदाचा डोळा फुटल्यावर भी त्यानी राधाची मांडी बांधून रक्त थांबीलं म्हनून बरं झालं. नहीतर बापू आज कहि तुमची अन राधाची भेट नव्हती व्हत.', रखमा असं म्हनल्या वर सारे हसले.

'वैद्य बाबा म्हनले कही जास्त मोठी जखम नही. नीट व्हतेन पटकन.' रखमा म्हनली.

'मंग बापू लगिच मी तुमच्या मोहिमेत येनार हे. हाई ना?', मोठ्या उत्साहाने मुकुंदानि इचारलं.

'हा.', मुकुंदाची समजूत घालायला बापू म्हनले.

'यांच्या घरी सांगितलं का?', बापूनि रखमाला इचारलं.

'निरोप पाठिलाय. त्यांच्या निवृत्ती भत्त्याचं, उपचाराच्या खर्चाचं अन त्यांच्या राहायच्या सोयीचं पत्र भी गढावर तव्हाच पाठून दिलय. पन बापू दोघं भी घरी जायला नगं म्हनतेत.'

'कामून?', दोघांकडं बघत बापूनि इचारलं.

'इचारा त्यान्हलाच.', रखमा म्हनली.

'मला नही जायचं घरी आत्ताच. बापू तुमच्या संगं घेऊन चला मला. हत्यारं बनवीन. त्यान्हला धार लावीन. भाकरी करिन. घायाळ मावळ्यांची देखरेख करीन. मचानावर बसून रातचा पहारा देईन. म्हनतान ते करिन पन मला तुमच्या संगं न्याह बापू. मला ह्या पायाचा बदला घेयचाय बापू.', आपला पाय गेल्याच्या दुख्खात

भावनिक झालेली राधा बापूला म्हनली.

हे म्हनता म्हनता तिच्या डोळ्यात पानी आलं होतं. तीना लगिच आपली मान खाली घातली होती.

'अय पोरी इकडं बघ.', बापू राधाला म्हनले.

आपल्या वल्या डोळ्यांवर बोटं फिरून राधानि बापूकडं बघीतलं.

'आधी तू लवकर बरी व्हय. पोटभर भाकर खाय. चांगला अराम कर. तटकन बरी होऊन मला भेटायला यी.', बापू म्हनले.

बापूनी असं म्हनताच राधाच्या जीवनाला नवीन वाट दिसली होती. घरी बसून आविष्य घालन्या आयवजी सवराज्या पायी अजून काम करन्याची संधी तिला भेटली होती.

मुकुंदा अन राधाच्या भेटी नंतर रखमा बापूला आतल्या खोलीत घेऊन गेली.

ह्या बारीक अंधाऱ्या खोलीत मशालीच्या उजेडाखाली एक अफगान शिपही कैद करून ठुला होता. त्याचे हात अन पाय साखळीनि बांधलेले होते. ह्या तिघांला बघताच तेव शिपही तटकन उठून बसला. भल्या मोठ्या डोक्याचा हेव शिपही शरीरानि चांगला दनकट अन रंगानी गोरापान होता. त्याच्या तोंडावर बगर मिशीची लांब काळी दाढी होती. अन त्याच्या डोळ्यात जाड सुरमा होता.

बापू, रखमा अन खंडू दाटीवाटीनि त्याच्यापुढं बसले होते.

'बोल.', त्याला चिटकून बसलेले बापू त्याच्या डोळ्यात डोळे घालून म्हनले.

'मै सरदार बापू से ही बात करूँगा.', भारदस्त पन घाबरलेल्या आवाजात शिपही बापूला म्हनला.

'मीच हे बापू शेलार बोल.', बापू म्हनले.

'मैं कैसे मानु की तुम ही हो बापू शेलार?'

'इस्माइल खान तेरा भाई था क्या?'

'तुमको कैसे मालून?'

'तेरे जैसाही दीखता था वो?'

'हां भाई हि था.'

'मैंने ही उसको बारूद खान और बाबर खान के साथ मारा था.'

हे आयकताच त्या शिपह्याला विश्वास झाला का हेवच बापू शेलार हे.

'अब जल्दी बोल. दिल्ली से कितना लश्कर आ रहा है बिलाल के पास? मंसूबा क्या है उसका? घोड़दल, पायदल, तोप कितनि है उसमे?', बापूनि इचारलं.

'पहले तुम अपने भगवान की कसम खाओ की बताने के बाद तुम मुझे जहां से पकड़कर लाये थे वहीँ छोड़ दोगे'

'छत्रपती शिवाजी महाराज की कसम खाता हूँ की हमने तुझे जहां से उठाया था उधर छोड़ देंगे. बोल अभी'

'दोसो की फ़ौज लेकर रुद्रगढ के लिये निकलने वाला है बिलाल खान. पचास घोडदल है बाकि पायदल है. दो बड़ी तोफें भी साथ में है. चार तोपची है.'

रुद्रगढ म्हनताच बापूच्या लक्ष्यात आलं का हे बोकुड खोटं बोलत होतं.

'सच बोल रहे हो तुम?'

'हां. तुम्हारे गांव की औरतें और बच्चियां भी सरदार बिलाल के कब्जे में है. उनकी जान की सलामती चाहते हो तो मुझे यहां से छोड़ दो.', शिपही म्हनला.

बापूचं ध्यान आज़ून भी रुद्रगढावरच अटकलं होतं.

'रुद्रगढ के बाद क्या करनेवाला है बिलाल?'

'मुझे बस इतना ही पता है. मैंने जो आंखों से देखा वो बता दिया तुमको. अब छोड़ दो मुझे तुम.', म्हनत त्या शिपह्यानी बापूचा प्रश्न डावलला.

तेव शिपही जरी सांगत नसला तरी बापूला बिलाल खानचा अंदाज काळाला होता. बापूचं काम झालं होतं.

'इधर देख. उपर देख.', बापू म्हनले.

त्या शिपह्यानि बापूकडं बघितलं.

'सच बोल. तू तेरे भाईका बदला लेने के लिए आया था ना? मुझे मारने के लिये निकला था ना तू?'

'नहीं बापू.'

'झूट बोल रहा है तू. बिना केसरीगढ़ को पार किये रुद्रगढ को जा हि नहीं

सकते. तुझे कुछ नहीं पता है. तू अपने भाईका बदला लेने निकला था.'

हे आयकून त्या शिपह्याला कळलं होतं का आता बापूनी त्याचं सोंग वळखिलं म्हनून.

'अब तक कितने काफीर मारे है तूने? सच बता.', बापूनी हळूच त्याला इचारलं.

'याद नही.', असं महंतांनी त्याचे हातपाय गारठले होते.

'वाजिबुल कतल है तू.', बापू म्हनले.

बापू उठून उभे ऱ्हायले. त्यांच्या माघं रखमा अन खंडू भी तटकन उभा झाले.

'रखमा याचा चवरंग कर. अन नेहून सोड.', बापू रखमाला म्हनले.

'बापू तुमने शिवाजी कि कसम खाई है. अपने भगवान की कसम खाई है. तुम मुझे मार नहीं सकते.'

हे आयकून बापूला अजून राग आला. ते त्या शिपह्याच्या डोळ्यात बघत तटकन खाली बसले.

'मैने सिर्फ तुझे छोड़ने की कसम खाई है. तेरा पोळपाट, या चवरंग, या झोळी करके भेजना है वो मैं बताऊंगा. रखमा घी याला.'

असं म्हनून बापू बाहेर निघून गेले. खंडू अन रखमा भी त्यांच्या माघं गेले. पन रखमा लगिच परत आत अली. तिच्या हातात तिची धोप होती.

रखमाच्या हातात धोप बघताच त्या शिपह्याच्या पोटात गोळा उठला. त्याच्या कपाळाला घाम सुटला. अन त्याच्या काळजाचे ठोके त्याच्या कानात गुंगायला लागले.

'सब कुछ बता दिया है मैंने. मुझे छोड़ दो.', शिपही हात जोडीत म्हनला.

रखमाला कही फरक नव्हता पडला. एकतर बापूचा हुकून. अन तेव भी गनीम पाडायचा. रखमा सोडती व्हय?

'नीचे देख बोकडा. निचे देख म्हन्ते ना मी. देख नीचे.', रखमा रागानी त्याला म्हनली.

पन तेव शिपही आपली मान खाली करायला कही तयार होत नव्हता. त्याचं 'मुझे छोड़ दो. मुझे छोड़ दो' म्हनत रडनं चालूच होतं. रखमा बापूला जास्तं वाट

भघु देनार नव्हती.

तीनी लगिच धोप बाजूला ठुली. अन आपल्या कमरेची कटयार काढली. मंग ती त्या शिपह्याच्या पाठीमाघं चिटकून बसली. अन आपल्या डाव्या हातानी तिनी त्याचे केसं धरून जोरात त्याचं मुंडकं माघं वढलं. मरनाच्या दारात बसलेल्या शिपह्याच्या अंगाचा थरकाप रखमाच्या हाताला ज़ानवत होता. त्याचं डोकं रखमानी तिच्या छातीला चिटकून धरल्यामूळं त्याच्या श्वासाचे मोठमोठे धस्के तिला चांगले आयकू येत होते. अशे कितीक तरी गनिमी बोकड्यांचे धस्के रखमानि आयकले होते.

हातातली साखळी वढू वढू त्याचे मनगटं सोलून निघले होते.

रखमानी एकाच ठोशीत कटयार त्या शिपह्याच्या नरड्यात ठोसून त्याला गप केलं. एव्हाना त्या शिपह्याच्या नरड्यातुन रक्ताच्या थराळ्या बाहेर निघाल्या अन त्याच्या हाताला काप सुटला होता. रखमानि लगीच गळ्यात शिरलेल्या कटयारिला झटका देऊन गोल फिरीलं. कटयारीच्या पुढच्या ठोसर टोकाला अडकून शिपह्याच्या नरड्याचं हाड काटकन मोडलं होतं. हाड मोडताच त्यानी आपलं आंग टाकून दिलं.

मंग रखमानी त्याला बाजूला झटकीत जरा दम घेतला. सांडलेल्या रक्ताचा गारचीक गारचीक वास त्या बारीक खोलीत ठळक जानवत होता. रखमानी तिची वल्ली कटयार आपल्या पदराला पुसून परत कंबराला खोसली.

शिवा खोलीत आला.

'आत्ताच करायचा का चवरंग अक्का?', शिवानि रखमाला इचारलं.

'धर त्याचा हात.', तोंडावरचा घाम पुशीत रखमा शिवाला म्हनली अन उठून धोप हातात घेतली.

शिवानी लगीच त्या शिपह्याचा एक हात वढून धरला. अन रखमानी एका घावात त्याला खांद्या पासून तोडला. असं करीत रखमा अन शिवानी त्याचे दोन्ही हातं अन दोन्ही पायं तोडून त्या शिपह्याचा चवरंग केला होता.

त्या चौरंगाला शिवाला सोपून रखमा बापूला शेजारच्या लंबुट्या खोलीत घेऊन गेली. हत्यारांनी भरलेल्या खोलीच्या एका कोपऱ्यात टेम्ब्या खाली मोठी तांब्याची

हनुमानाची मूर्ती होती. ते तिघं मूर्तीपुढं डोकं टेकून तिथच शेजारी घोंगडी टाकून बसले.

'कोन्हा कोन्हाला घ्यायचं?', रखमानि बापूला इचारलं.

'नानाला निरोप धाड. कही झालं तरी केसरीगढ नही सोडायचा. इथं गरज लागलीच तर आपुन नानाला बोलून घेऊ. पन तव्हर गढ नही सोडायचा म्हना त्याला.', बापूनी रखमाला बजावून सांगितलं.

'बापू. नानाला आपल्या संगं घेतलं कि गनिमाचा घेरा तोडायला लयी सोपं व्हयिन.', असं रखमा मनातली मनात म्हनली.

'बापू तुम्ही म्हनतान तसं.', रखमा बापूला म्हनली.

'मी पुढं असन. माझी पाठ राखायला खंडू. सारा बंदोबस्त तुझ्याकडं. तुझ्या माघं शिवा.'

मोहिमेत आपलं नाव आयकून खंडू अन रखमाच्या माना ताट झाल्या होत्या.

तितक्यात शिवा भाकरीचं टोपलं घेऊन आला.

'बापू भाकरी अन घुगऱ्या हे आज.', टोपल्यातलं फडकं सोडीत शिवा म्हनला. बापू हसले.

'हनमाची खबर मला तव्हाच लागली होती.', रखमा म्हनली.

रखमा असं म्हनताच खंडूची अन शिवाची कोंडी झाली. दोघांनी गपचूप खाली मान घातली. हनमानि दिलेल्या दग्यामुळं मावळ्यांमधी लयी संताप होता. रखमाला भी कळलं होतं का तीना हनमाचा नाव नव्हतं काढायला पाहिजी.

'मल्हारीला भी निरोप धाड.', भाकरीवर घुगऱ्या टाकीत बापू रखमाला म्हनले.

'उद्याच लावते त्याचा पत्ता.', रखमा भाकरीचा कूटका तोडीत म्हनली.

इकडं शिवा बापूपुढं बोलायची हिम्मत ज़मीत होता. अन हनुमानाच्या मूर्तिकडं बघता बघता त्यानी ज़मीलीच.

'बापू आता म्या भी लयी परिंद झालोय. इचारा ना रखमा अक्काला. कही भी असुद्या अन कुठं भी असुद्या मोहीम. हाईना अक्का?', शिवा म्हनला.

शिवाला आधी झालेली चर्चा महीतच नव्हती. रखमा अन खंडू शिवाकडं बघून

हसत होते.

'खरं नही का अक्का?', शिवानी रखमाला इचारलं.

'गप जेव ना.', खंडू शिवाला म्हनला.

शिवा खाली मान घालून भाकर खायला लागला होता. धाकट्या शिवाकडं बघून साऱ्यांला हसू सुटलं होतं.

हनुमानाच्या साक्षीनि मराठ्यांच्या गनिमी काव्याची तयारी सुरु झाली होती.

***

दिवस मावळला होता. जंगलात हिंडून हिंडून दमून गेलेले मल्हारी अन धना एका वडाच्या उच फांदीवर लपून बसलेले होते. मल्हारी मध खात होता. धनाचं ध्यान कुठं लागतच नव्हतं. त्याला आपल्या देवळातल्या श्री कृष्णाची आठवन येत होती. कोन्हाला आयकू जाऊ नयी म्हनुन हळू आवाजात तेव संत ज्ञानेश्वराचा अभंग म्हनत बसला होता.

'कान्होबा तुझी घोंगडी चांगली ।

आम्हांसि कां दिली वांगली रे ॥'

म्हनता म्हनता धनाच्या डोळ्यातून पानी निघत होतं.

ज्ञानेश्वरांची आपल्या कृष्णाशी असलेली नाराजी जशी त्यांच्या शब्दात ठळक उतरली होती तशीच नाराजी आपल्या मंदिरापासून लांब झाडाच्या खोप्यात लपून बसलेल्या धानाच्या सुरात अन त्याच्या अश्रूत भी उतरली होती.

भुकेच्या तडाख्यात मल्हारी पोळीला वर धरून दाबीत होता. अन त्याच्यातून निघनाऱ्या मधाच्या संत धारिला आपल्या तोंडात झेलित होता. ताज्या ताज्या मधानी त्याच्या पोटात उठलेला भुकेचा गोळा विरघळुन टाकला होता. तिकडं धनाचं त्याच्या कान्हासंगं भांडन सुरुच होतं.

घटका भरानी लांब उठलेला संबळचा आवाज त्यांच्या कानावर पडला. अन मल्हारी कावराबावरा झाला. कावराबावरा झालेल्या मल्हारीनि त्याच्या तोंडातला मध पटकन गिळून घेतला. अन हातातली पोळी तटकन सोडून दिली. मंग त्यानी आपल्या दोन्ही हाताच्या वाट्या करून त्या वाट्या कानाला लाऊन आपलं डोकं

हळूच सारिकडं फिरीलं. संबळच्या आवाजाची दिशा लक्ष्यात येताच मल्हारी माकडावनि सरा सरा झाडा खाली उतरायला लागला.

'चल पटकन.', मल्हारी म्हनला.

'काय झालं?', डोळे पुशीत धनानि इचारलं.

'वाटात सांगतो तुला चल.',

धनाची वाट न बघताच मल्हारी संबळीच्या आवाजाकडं पळत सुटला. धना भी लगीच फांदीवरूनच उडी मारून मल्हारी माघं पळत सुटला.

आज चंद्राच्या दुध्या उजाडा मूळं वाट चांगली दिसत होती. पन चांदनं नसतं तरी भी मल्हारी आज वाऱ्यावनि असाच पळत सुटला असता.

संबळच्या आवाजानि मल्हारी अन धनाला एका गावात वढून आनलं. ते दोघं लांब अंधारात एका भिंती माघं उभा राहून आईचा गोंधळ बघायला लागले.

शेनानी सारलेल्या अन नुकताच सडा मारलेल्या अंगनात पाटावर तांदूळ टाकून त्याच्यावर कळस ठुला होता. त्या कळसात पानी टाकून त्याच्या काठावर पाच नागिलीचे पानं ठुन त्याच्यावर नारळ ठुलं होतं. भंडारा अन खोबऱ्यानि भरलेलं ताट पाटापुढं ठुलं होतं. त्याच्या बाजूला दिवटी अन बुधलीची जोडी नटून बसली होती. धूप, उदबत्ती अन सारलेल्या अंगनाचा मोगऱ्या मोगऱ्या वास साऱ्या अंगनात पसरला होता.

अंगात भगवा अंगरखा, गळ्यात जाड कवड्यांच्या माळा, डोक्यावर लाल पागोटे अन कपाळाला भंडारा लावून दोन गोंधळी उभे होते. एक गोंधळी कमराला बांधलेलं संबळ वाजून आईचा जयजयकार करीत होता. अन दुसरा गोंधळी तुनतुनं वाजित होता.

'सदानंदाचा
येळकोट येळकोट
मार्तंड भैरवाचं
चांग भलं
गोंधळी गोंधळी

आम्ही अंबेचे गोंधळी
आईचा घालावा गोंधळं
वासुदेव हरीनाम संबळं
गोंधळी गोंधळी
आम्ही अंबेचे गोंधळी'

संबळ अन तुनतुनाच्या चालीवर सारे भक्त गुंगले होते. दोन्ही गोंधळी अधून मधून आजू बाजूच्या अंधाराकडं तिरक्या फिरक्या डोळ्यानी बघत होते. हे मल्हारीच्या लगीच लक्ष्यात आलं होतं.

'अंधारातच थांब. इच्चूकाटा बघ. माझ्यावर हल्ला झाला तर तू माघची माघंच आपल्या झाडावर ज़ाऊन लप. इकडं पुढं येऊ नको अजिबात. मी माघून येईन. काय?', मल्हारी धनाला म्हनला.

'कही हमला बिमला नही व्हनार तुझ्यावर. महाराजांचं नाव घी अन जाय गपचूप. उठ कि सुठ तुला भांडनच पाहिजी.', धना म्हनला.

मल्हारी एका भिंतीवर लावलेल्या मशालीच्या उजाडा खाली जाऊन उभा ऱ्हायला. त्याला बघताच तुनतुनं वाल्या गोंधळीनि संबळ वाल्याच्या कानात कुजबुज केली. संबळवाला गोंधळी लगीच गानं म्हनत म्हनत त्याच्या हातातल्या बेताच्या छड्या कमराला खोसून चारपाच हात मल्हारीच्या दिशेने पुढं आला. मल्हारी तिथच गपचूप उभा राहून त्या गोंधळ्याकडं बघत होता. त्याचं ध्यान आसपासच्या हालचालीवर भी व्हतं.

तुळजा भवानीचा जयजयकार करीत पुढं आलेला गोंधळी आपला उजवा हात सरळ पुढं धरून त्याचं मनगट कधी वर, कधी खाली, तर कधी गोल फिरीत होता. कधी तेव आपला अंगठा वर धरायचा. कधी दोन बोटं वाकडे करायचा. कधी सारा पंजा माघं पुढं फिरायचा. अन कधी हाताची मूठ उघड झाक, उघड झाक करायचा. शेवटी आपला हात खाली घेऊन तेव मल्हारीकडं तिरक्या फिरक्या डोळ्यांनी बघाय लागला होता.

हेरांच्या करपावली भाषेत गोंधळीच्या वेषात आलेल्या शिवानी मल्हारीला

भेटायच्या ठिकानाची माहिती देऊन टाकली होती. मल्हारीनी लगीच उजव्या हाताचा अंगठा अन करंगळी चिटकून मधल्या तिन बोटांनी आपल्या कपाळावर आडव्या तीन रेघा वढल्या अन इशाऱ्यात शिवाला 'हर हर महादेव' म्हनला. मल्हारी कडून 'हरं हरं महादेव' चा इशारा मिळताच शिवानी परत आपल्या कमरेतून बेताच्या छड्या काढल्या अन संबळ वाजायला लागला. संबळम बंबळम संबळम बंबळम संबळम बंबळम संबळम बंबळम.

लांबूनच आई भवानीचा आशीर्वाद घेऊन मल्हारी अन धना अंधारात काजव्यावनि गडप झाले. अन शिवा गोंधळ संपून जंगलात शिरायची वाट बघायला लागला.

***

दाट धुक्यातुन वाट काढून पाना फुलांवरून कोलांट्या उड्या मारीत सकाळच्या कवंळ्या उन्हाचे असंख्य कवडसे पाताळ वस्तीत शिरले होते. आता आपली तुकडी वाढल्यामुळं मावळ्यांनी इथं अजून दोन मोठ्या झोपड्या उभ्या केल्या होत्या. झोपड्या पसून दहा हात लांब उंबराच्या झाडा खाली रांधायला जागा केली होती. चुलीवर ठुलेल्या मोठ्या पातील्यात भात शिजत होता. अन दुसऱ्या पातील्यात हरबाऱ्याला बुडबुड्या आल्या होत्या.

बापू आपलं अर्ध आंग पान्यात बुडून नदीत शीर्षासन करीत होते.

एका सपाट टेकड्यावर डोक्या पासून पाया पोत घामाघूम झालेला खंडू आपल्या दोन्ही हातात पट्टे धरून आसपासच्या धुक्याला गरागरा कापीत होता. नक्षीदार बेलपत्ते कोरलेल्या पट्ट्यांच्या खोबळ्यात शिरलेले खंडूचे पंजे त्या पट्ट्यांशी एकांगी होऊन बसले होते. दोन्ही पट्ट्यांनी सरसर फिरत खंडूच्या भवती सोळा हात लांब पोलादी घेर उभा केला होता. खाली गोल फिरत तोल सांभाळनारे खंडूच्या पायाचे जाडेभरडे घोटे होते. वर सुदर्शन चकरावनि पट्टे फिरवनारे त्याचे दगडी खांदे होते. अन ह्या दोघांच्या मधी खोडावनि राकट त्याचं धड होतं.

शेजारी झाडांमधी आपल्या चारी बाजूला तीस तीस हात लांब गवतानी भरलेले पोते उभे करून शिवा इटा फेक करीत होता. आपल्या बापा कडून भेटलेला हेव

खानदानी इटा कव्हाच त्याच्या उजव्या हाताशी एकांगी होऊन बसला होता.

इटाच्या बुडाला बांधलेल्या दोरीचं एक टोक उजव्या मनगटाला बांधलं अन बाकी दोरिनी कोपर्या पोत आळा दिल्या दिल्या हेव इटा शिवाचा उडता हातच होऊन बसत होता. इटाच्या लाकडी दांड्याच्या बुडाला शिवाच्या उजव्या हातानी घट्ट धरून ठेवलं होतं. शिवाचा डावा हात इटाच्या टोकाला शिवाच्या नजरी संगं आपल्या निशान्याकडं फिरीत होता.

आता आपली नजर अन इटाचं टोक निशान्यावर थांबवून शिवानी आपल्या उजव्या हाताची मूठ अजून घट्ट केली. मंग त्यानी नजर तशीच निशान्यावर ठेऊन आपली मान ताट ठेऊन आपलं धड पुढं वाकिलं. आता त्यानी आपला डावा पाय वाकून उजवा पाय माघं ताट करून जमिनीत रवला. शिवानी मनातल्या मनात 'हरं हरं महादेव' म्हनत वाघावनि पुढं झेप घेतली. डाव्या हातानि दिलेली दिशा अन उजव्या हातानि दिलेली शक्ती घेऊन तेव इटा वाऱ्यात उडून तीस हात लांब ठुलेल्या पोत्यात आपलं लांबलचक गोलाकार पातं खुपसून माघरी येऊन शिवाच्या हातात बसला. हे सारं एकाच झटक्यात झालं.

इटाच्या पात्याच्या अन दांड्याच्या मधी असलेला वाखीचा गोंडा जातानि दांड्याला चिटकून बसायचा. पन परत येतानि शिवाला ठळक दिसाव म्हनून हेव गोंडा चांगला गोल फुलत यायचा. गनिमाचं रक्तं इटाच्या पात्यावरच आडून धरायचा जिम्मा भी ह्या गोंड्यावरच होता.

आपल्या दहा धारकर्यांला रोखून धरनाऱ्या गनिमाच्या पट्टेकऱ्याला लांबूनच गार करनारा म्हंजी हेव बापूचा शिवा इटकरी.

बाजूला वढ्याकाठी पहाटच्या गारठ्याला डावलून मल्हारी त्याच्या यळूच्या धनुश्याला धरून ताट मान अन ताट मनक्यानी झुडपात अर्जुनावनि उभा होता. निशान्याला डाव्या अंगाशी ठेऊन आपले दोन्ही पायं जमिनीत रऊन मल्हारीनि डावा हात ताट करीत आपला धनुष्य धरला होता.

धनुष्याला असलेल्या बेताच्या दोरीत पोलादी बानाला त्यानी आपल्या तर्जनी अन मध्यमा बोटांत अडकून काना पोत तानून धरलं होतं. मल्हारीच्या नज़रेला

नज़र मिळीत बानाचं कर्णक आकाराचं गारगुटीचं टोक भी आपला श्वास थांबून नेमाकडं एक टक लावून बघत होतं.

'सोड.'

मल्हारी असं म्हनताच धनानि लिंबाच्या फांदीवर लटकिलेल्या गाडग्याला जोरात झोका दिला.

झोका खेळत असलेलं गाडगं मल्हारीचा बान लागताच भुगा झालं.

तिकडं बापू वढ्यात आंघुळ करून बाहेर आले. तितक्यात रखमा अन गंगा झुडपातून उगवल्या. दोघींनी डोक्यावरचा वानोळा खाली ठुन गाडग्यातून पान्याचा घोट घेतला.

गंगेला पाताळ वस्तीत बघून खंडू, मल्हारी अन शिवा चकित झाले होते. आपापली तालीम सोडून बापू माघं ते भी झोपडीपुढं आले. बापूनि गंगे जवळ जाऊन तिच्या डाव्या खांद्यावर हात ठुला.

'आता कसा हे पोरी खांदा?', बापूनी गंगेला इचारलं.

'कव्हाच नीट झालाय तेव.', थोडं खुश होऊन अन थोडं कापत कापत गंगा बापूला बोबडत म्हनली. अन बापूच्या पाया पडली.

बापू झोपडीपुढं टाकलेल्या घोंगडीवर जाऊन बसले.

'बापू सारे घोडे अन हत्यारं अलीकडच्या गावात पोहोचती केलेत. हि आयकतच नव्हती. तुम्हाला भेटायचच म्हनत होती.' रखमा बापूला म्हनत बाजूला दगडावर जाऊन बसली.

'काय गं पोरी?', बापूनि गंगेला इचारलं.

'अप्पा मला पन तुमच्या संगं मोहिमेत यायचय. अक्कावनि दिवसभर तुमची वाट बघत बसता नही येत मला.'

'इथं भी हे सारं सांभाळायला कोन्हीतरी पाहिजी व्हतच.', बापू तिला म्हनले.

'नही अप्पा. इथं सांभाळायला नही. मोहिमेला यायचं हाय. बदला घेयचा हाय मला आपल्या शंकरवाडीचा.', गंगा भसकन बोलून बसली.

'अगं असं काय करती पोरी? आता आलीच तर बस अराम कर. अन नंतर जा.'

'टाळू नका अप्पा. मी पन तुमचच रक्त हाय. मी येनार हे तुमच्या संगं.', म्हनत गंगा आसपास रागं रागं बघत होती.

'मी पन यांच्या सारखी लढू शकते अप्पा. त्याच्यात काय एवढं.', गंगा शिवाकडं बोट दाखून म्हनली.

घामानी भरलेला शिवा गंगाकडं रागानी बघत होता.

'अय गंगा. माझ्याकडं काय बघती? आयिक ना बापूचं.', हातातला इटा दगडावर ठेवता ठेवता शिवा म्हनला.

'अय रडक्या? तू कशाला बोलतो रे आमच्या बाप लेकीच्या मधी?', धाकल्या भयनिच्या अधिकारानी गंगा शिवावर वरडली.

'गंगे तू नीट बोल बरका.', शिवा म्हनला.

'काय करशीन रे तू?'

'तू जाय गप. आम्ही सारे येऊ तुला घेयला मोहीम झाल्यावर. मोडका खांदा घेऊन कुढं निघली गं?'

शिवा असं म्हनताच गंगेनि तटकन उभा राहून तिची धोप बाहेर काढली.

'मोडका खांदा कोन्हाला म्हनतो रे. चल बघू कोन्हाचा खांदा मोडका हे. यि. मी काय आता लहान पोरगी नही. यी.', गंगेनि शिवाला आव्हान दिलं.

गंगेचं हे आव्हान शिवाच्या मनाला लागलं होतं. त्यानी आसपास बघितलं. बापूला धरून सारेच त्याच्याकडं बघून गालातली गालात हसायला लागले होते. शिवा लगीच आपली धोप काढीत गंगेपुढं गेला.

ठन ठन ठन करीत दोघांच्या धोपी एकमेकांवर आदळू लागल्या. गंगा अन शिवा बापूच्या तालमीतलेच पठ्ठे होते. दोघांला भी एकमेकांचा डाव चांगला महित होता. पन तरी भी गंगा सावध होऊन आपला डाव चलीत होती. ती आपलं आंग धोपी माघं ठेऊन बचाव करन्याच्या बेतात व्हती. पन तिला लगीच घात करायचा मोका भेटला.

उजवी कडून येनाऱ्या शिवाच्या तिरक्या वाराला तीनं आपला डावा पाय अन डावा खांदा माघं सरकित आपल्या धोपीच्या मधल्या पात्याच्या फटक्यानि डावलून

दिलं. शिवा त्याचा तोल सावरूस्तर गंगेच्या धोपीचं टोक शिवाच्या डाव्या मनगटावर बारीक चीर पाडून आलं. गंगेनि पटकन तिची धोप खाली घेतली. अन शिवाच्या मनगटाकडं बघायला लागली. शिवा भी धोप खाली घेऊन आपल्या मनगटाकडं बघाय लागला होता.

'मला भी येतं आंगावर वार करता गंगे बरका.', शिवा म्हनला.

'कामून नही केला मंग रे? रडक्या?' गंगा म्हनली.

'बापू गंगेला सांगा गप बसायचं.', शिवा बापूला म्हनला.

बापू अन बाकी सारे हसत होते.

'तुमच्या साऱ्यांची तालीम झाली का?', बापू म्हनले.

मल्हारी, धना अन खंडू तिथून भरा भरा निघून गेले. शिवा भी धोप खोसून त्याच्या इटाकडं निघाला. गंगा त्याच्या माघं गेली.

'अयिक शिवा. म्या खरवस भी आनलंय. कोन्हाला सांगू नकु.', गंगा शिवाला हळूच म्हनली.

खरवसाचं नाव आयकताच शिवाच्या मनगटाची आग कमी झाली.

'कोन्हाला देऊ नको. मी आलोच.', म्हनत आपला इटा उचलून शिवा त्याच्या तालमीला निघून गेला.

गंगा आयटीत बापूकडं जाऊन घोंगडीवर बसली.

'काय वाटतं मंग बापू शेलार तुम्हाला?', गंगानि आपल्या बापाला इचारलं.

बापू नेहमीवनि आपल्या गालातली गालात हसले.

'ज़ाय आत. तुझा महादेव वाट बघतोय.'

बापू असं म्हनताच गंगा आत गेली अन शंकराच्या पिंडीपुढं दिवा लावून बोबडत बोबडत त्याची पूजा करीत बसली.

***

पाताळ वस्तीत दुधी चांदनं पडलं होतं. आत सारे झोपले होते. बाहेर रखमा अन शिवा पहारा देत बसले होते. शिवा त्याच्या इटाच्या पात्याला हळद अन नारळाच्या तेलाची उक्कड चोळीत होता.

‘रखमा अक्का हिचं नाव काय हे माहित हे का तुला?’, इटाच्या पात्याकडं बघत शिवा रखमाला म्हनला.

‘काय?’

‘नंदा. माझ्या पोरीचं भी हेच नाव हे. तीच्यावनिच हे हि पन. एकदा सुटली का मंग थांबतच नही.’, शिवा असं म्हनल्यावर रखमाला हसू आलं.

‘सात आठ वर्षाची हे ना तुझी नंदा?’, रखमानि इचारलं.

‘हा. हाय बारीक. पन लयी चपळ हे. अयिकतच नही.’

‘निघायच्या येळेस नंदा रडली होती का?’

‘अजिबात नही रडत. तिच्या आईनी चांगलं शिकिलय तिला. घरून निघायच्या वक्ताला ती सवताच म्हनती अन्ना घरची काळजी अजिबात करू नका. मी हाय काळजी घेयला. तुम्ही नुसतं आपल्या राजाची काळजी घ्या. तिला वाटतं मी महाराजा संगच हे.’, पानावलेल्या डोळ्यांनी शिवा म्हनला.

‘हेव गोंडा भी तीनच बांधलय अक्का.’, इटाचा लाल गोंडा दाखित शिवा म्हनला.

नंदाची आठवन काढून शिवा इटाच्या गोंड्याला निहाळत होता. घटका भर दोघं झऱ्याची खळखळ आयकत बसले होते.

‘रखमा अक्का एक इचारू का?’, शिवा म्हनला.

‘काय?’

‘आपली गंगा इतकी चांगली धोप चालीती. तिला सारं समज़तं भी. बापू सारखीच हे सारि. पन मधून मधून असं चीड चीड कामुन करती बरं? असं घाबरल्यावनि कामून करती?’

‘अरे शिवा, गंगा जेव्हा नऊ वर्षाची होती तव्हा मुगलांनी तिच्या आज्याला अन तीन वर्षाच्या तिच्या भावाला तिच्या डोळ्यापुढं मारून टाकलं होतं. अन त्या दोघांचे मुंडके तिच्या गळ्यात आडकुन तिला साऱ्या गावात फिरीलं होतं. त्याच्यामूळं तिच्या मनावर खोल खड्डा पडलाय. बाकी कही नही. तव्हा बापू गढावर होते. आतून गंगावनिच नित्तळ हे ती पोरगी.’, असं म्हनून रखमा इचारात हारपून गेली होती.

‘कधी जायिन हे मुगल? अन कधी संपन हेव अधर्म? कोनाच ठाऊक.’, भरल्या मनानी रखमा म्हनली.

आपल्यामुळं आपली रखमा अक्का दुखावली. हे शिवाच्या लक्ष्यात आलं होतं.

‘जाऊदी अक्का. दि सोडून. तू तो रामाचा अभंग म्हनत असतीना? तेव म्हन ना.’

शिवा असं म्हनताच रखमाचं मन तिच्या रामाकडं फिरलं.

‘कसा मला टाकुनी गेला राम
रामविना जीव व्याकुळ होतो
सुचत नही काम
रामविन मज चैन पडेना
नही जीवासी आराम
एका जनार्दनी पाहुनीं डोळा
स्वरुप तुझे घनःश्याम.’, रखमा अक्का तिच्या आईनी शिकिलेल्या चालीत म्हनली.

झऱ्याची झुळझुळ, वाऱ्याची सळसळ अन एकनाथ महाराजांचा अभंग रातीच्या पहाऱ्यात शामिल झाले होते.

***

नदीच्या वळनावर सपाट मैदान होतं. तिथं बिलालनि त्याच्या छावनिचा डेरा टाकला होता. एकेक राहुट्यापुढं अन एकेक तंबूपुढं शेकोटी पेटलेली होती. रातचं जेवन उरकून सारे शिपही शेकत बसले होते. कही चिलम वढीत होते. तर कही गप्पा मारीत होते. तर कही डफ वाजित होते.

लांब माघच्या बाजूला पटांगनात लयिमोठ्या खरकट्या भांड्यांची थप्पी पडलेली होति. त्याच्या बाजूला खरकटाचा ढीग पडला होता. त्याच्यात नुसते चावून टाकलेले हाडकं होते. हिंदूच्या धरून आनलेल्या दोन पोऱ्ही चंद्रा अन कांता एवढ्या गारठ्यात गपचूप भांडे घाशीत होत्या. त्यांच्या हाताला, गळ्याला अन तोंडाला चटके दिल्याच्या झखमा होत्या. त्यांचं आंग जरी तुटल्यालं दिसत असलं तरी मन

कही हाल्लं नव्हतं.

'तुला कसं काय पाठ होतं हे पटकन गं?', चंद्रा भांडे घाशीत घाशीत कांताला म्हनली.

'लयी सोप्पं हे ते. एक शब्द दिवसभर म्हनत राहायचा. ओम तुला माहीतच हे?', पातीलं हिसळीत कांता म्हनली.

'हा.'

'म्हन.... त्रयमबकम.... रात भर एवढंच म्हन.'

'त्र...यम. बकम. त्र...यम...बकम.... त्रयमबकम', अडकत अडकत चंद्रा म्हनली.

धरून आनलेल्या चंद्रा अन कांता मुगलांचे चटके सहन करीत अन त्यांचे भांडे घाशीत घाशीत आपला धर्म जपायची परंपरा जपीत होत्या.

'बघ. किती सोप्पं हे. असं रोज करायचं. अपुआप सारा मंत्र पाठ व्हयिन बघ. हे पातीलं ठेऊन आले मी.', कांता म्हनली.

कांता मोठं पातीलं हातात घेऊन ते तंबूत ठेवायला निघली. तिकडून अफूच्या गुंगीत असलेले दोन शिपही अब्दुल अन गफूर चलत येत होते. पातीलं घेऊन कोपऱ्या कोपऱ्यानी चाललेल्या कांताला अब्दुलनि माघून धरलं. तेव तिला जोरजोरात आवळायला लागला. गुंगलेला गफूर गपचूप अंधारात उभा राहून बघत होता.

'सोडा मला. सोडा मला.', कांता म्हनली.

पन अब्दुलनि तिला कही सोडलं नव्हतं. तेव तिला अजून जोरात आवळायला लागला होता. जव्हा कांताच्या हातातलं पातीलं सुटून मोठा आवाज झाला तव्हा अब्दुलनि तिला सोडलं. अब्दुल अन गफूर लगीच तिथून निघून गेले. कांता भी पातीलं उचलून सरासरा चालायला लागली होती.

'तुका ह्मने तुझा न पडावा विसर. दुःखाचे डोंगर जाले तरी.' कांताच्या मनात हि ओवि चमकून गेली होती. चलता चलता.

'क्या अब्दुल भाई क्या बचपना है ये?', गफूर अब्दुलला म्हनला. चलता

चलता.

'जंग में कैद करके लायी हुई कुफ्र के साथ हुस्न-ए-सुलूक हलाल है मिया.', अब्दुल गफूरला म्हनला. चलता चलता.

हलत डुलत, हसत खेळत, अब्दुलनि गफूराच्या डोक्यात ज्ञानाचा उजेड वतला होता. चलता चलता.

***

सकाळपासून धोधो पाऊस पडत होता. सूर्यनारायन त्या दिवशी उगलाच नव्हता. मुगलांच्या ताब्यात असलेल्या एका टोकाच्या किल्यात मराठे शिरले होते. वर आकाशात ढगांचा डमरू अन किल्ल्यात मराठ्यांच्या तलवारी गाजत होत्या. महाराजांची भवानी तलवार एका माघं एक गनिमाचं मुंडकं छाटत चालली होती. अश्या पावसात भी महाराजांचा एक घाव एक मुंडक्याचा हिशोब चालूच होता. पावसाचे जाडजाड थेंबं किल्ल्याच्या भुईवर पडून रक्तभंबाळ होत होते.

'राज़ं. राज़ं. मुजरा राज़ं.', माघून आवाज आला.

हे आयकून आपल्या पापन्यावरचं पानी सरकीत महाराजांनि माघं वळून बघीतलं. माघून पळत आलेले बापू दम खात महाराजांला मुजरा करीत होते.

'झेंडा लागला राज़ं. राज़ं झेंडा लागला.', असं म्हनुन बापूनी दम खात आपली रक्तानी भरलेली धोप कड्याकडं केली.

महाराजांनि भी कड्याकडं बघीतलं.

'नानानि झेंडा लावला राज़ं. जिंकलो राज़ं. आपुन जिंकलो राज़ं.', बापू म्हनले.

सारे गनीम किल्ल्यावर आपला जीव वाचीत इकडं तिकडं पळत सुटले होते.

कड्यावर भगवा फडकत होता. झेंड्या खाली नाना उभा होता. हे बघून महाराज आनंदाने भरून गेले.

'हरं हरं महादेव', आपली भवानी तलवार वर करून महाराजनि जयघोष दिला.

'हरं हरं महादेव', बापूनि भी आपली धोप वर करून जयजयकार केला.

धोधो पावसानि माखलेला किल्ला मावळ्यांच्या 'हरं हरं महादेव' च्या जयघोषाने हादरून गेला.

सपानातल्या ढगांच्या गडगडाटानि पाताळ वस्तीत झोपलेल्या बापूची झोप मोडली होती. बापूनि उठून बघितलं तर त्यांच्या शेजारी शिवा अन धना गार झोपलेले होते. बापू उठले अन बाहेर जाऊन खंडूपशी बसले. आपल्या सरदाराला पडलेल्या सपानाची झुळूक खंडूच्या मनाला भी लागली होती.

'काय झालं बापू? कामून उठले?', काळजी पोटी खंडूनि आपल्या सरदाराला इचारलं.

'कही नही.', बापूनि नेहमीवनि त्यांच्या मनातली घुसमट मनातच दाबली.

'त्या खविस बिलालला गढाच्या वाटाला भी लागू देनार नही बापू. महाराजांनला हे माहित होतं अगुदरच. म्हनुनच तुम्हाला इथं ठुलं असन. बिलालचा काटाच काढू आपुन.'

'तसच करू. टिटवी जव्हा आपल्या चोचीत थोडं थोडं पानी घेऊन आख्खा समुद्र उपसायला लागली होती तव्हा तिला कुठं माहित होतं का आपल्या मदतीला अगस्त्य मुनी सवता येतेन म्हनून. अन इथं तर साक्षात खंडुबाच आपल्या पाठीवर थाप मारून पुढं व्हा म्हनतोय.', आपल्या थोड्याश्या पानावलेल्या डोळ्यांनी शेकुटीला बघत बापू म्हनले. अन शांत झाले.

खंडू भी गप झाला.

शेकुटीत खिदळत असलेल्या थीनग्यांला बघत दोघं रातभर पहारा देत बसले होते.

***

दुसऱ्या दिवशी पहाटं धनगराच्या वेषेत बापू, खंडू अन गंगा गनिमी काव्याला लागनारे हत्यारं घेऊन जंगलाच्या वाटानी येत होते. त्यान्हला येतानि बघून एका झाडीत लपलेलं धनगरी जोडपं पळायला लागलं.

'खंडू बघ.', बापू म्हनले.

खंडूनि हातातले भाले खाली ठेवले. अन त्याच्यातला एक भाला उचलून फेकला. तेव भाला झाडाच्या खोडात घुसून त्या जोडप्याला आडवा झाला. ते जोडपं गपकन जाग्यावर थांबलं.

१०६

'ये. अरे थांबा. पळू नका.', खंडू वरडला.

जोडपं जाग्यावर हात जोडून खाली बसलं.

'कोन हे तुम्ही?', बापूनि इचारलं.

पन घाबरून गेलेल्या नवरा बायकुनि कही उत्तर दिलं नही.

'बापू शेलार हेत ते.', खंडू म्हनला.

बापूचं नाव आयकताच त्या नवरा बायकोच्या चेहर्याचा हावभाव बदलला. खसकन त्यांची सारि भीती निघून गेली.

'असं व्हय. मी धनगरवाडीचा रायबा पहिलवान अन हि माझी बाईली तुळसा.', रायबानि बापूला म्हनला.

'इथं काय करताय?'

'रोज़ मुगल शिपही गावात घुसतेत बापू. बक्षिसं देऊन अन जिझिया माफ करून मुसलमान व्हा म्हन्तेत. गळ्यात माळ नका घालू म्हन्तेत. भंडारा लावू नका म्हन्तेत. नही म्हनलं का घरच्या बाईच्या आब्रूवर हात टाकतेत. इला भी न्हेत होते. आमचं सारं झोपडं जाळून टाकलं. आमचे लहान लहान लेकरं उचलून नेले त्या हरामी मुगलांनी. आम्ही कसं बसं जीव वाचून पळालो.', रायबा म्हनला.

'बापू तुमचं नाव लयी आयकून हे आम्ही. आम्हाला तुमच्या संगं घ्या. काय भी काम करू.', तुळसा बापूला म्हनली.

'कसं काय वाचले तूम्ही?', बापूनि इचारलं.

'आपला जीव वाचित आम्ही दोघं पळत सुटलो होतो. जेव शिपही आमच्या माघं माघं येत होता त्याला लांब शेतात येऊ दिलं. अन मंग कुर्हाड घेऊन मी गेलो त्याच्या अंगावर. दोन घावातच आडवा केला त्याला.', रायबा म्हनला.

बापूला अजून एक धारकरी भेटला.

'चला.', बापू म्हनले.

रायबा अन तुळसानि थोडे थोडे हत्यारं उचलले अन निघाले मावळ्यांसंगं दरी उतरायला.

'बाकी कोनि नही वाचलं का?', चलता चलता गंगेनि बोबडं बोबडं तुळसाला

इचारलं.

'त्यान्ही तिथच दारात म्हातारा म्हातारीला कापलं. अन आमच्या लेकरांला नेलं धरून.', तुळसा म्हनली.

'किती हे लेकरं?', गंगानि इचारलं.

'दहा वर्षाची पोरगी हे पाहय. अन सोन्यावनि सहा सहा वर्षाचे दोन जुळे मुलं हे.', वल्ल्या डोळ्यांनी तुळसा म्हनली.

हे आयकताच गंगेच्या डोळ्यात टचकन पानी आलं. बापू अन खंडूच्या भी घश्यात आवंढा दाटून आला. कोन्हीच कही बोलत नव्हतं. दरीतून खाली चाललेल्या नागमोडी वाटेतला सुका पालापाचोळा भी चिडीचूप झाला होता.

***

लांब गावात लिंबा खाली एक मोठा दगडी मदरसा होता. ह्या ढवळ्या मदरस्याच्या दगडी भिंतींनवर नक्षीदार त्रिशूल, ओम, स्वस्तिक कोरलेले होते. एका देवळीत बगर मुंडक्याची कृष्णाची लहान मूर्ती भी पडलेली होती.

आत मधी जवळ जवळ पन्नास लहान मुलं ढवळ्या टोप्या घालून झोक्यावनि आपली पाठ माघं पुढं हालीत बसलेले होते. हातात काठी घेऊन उभा असलेल्या मुल्ल्याच्या माघं माघं हे मुलं अरबी भाषेत कही तरी म्हनत होते. त्याच्यातले कही मुलं घाबरून गपचूप खाली बघत होते. अन कही डुलकी घेत होते. दोन जुळे भाऊ साऱ्यात माघं एकमेकाचा हात धरून बसले होते. दोघं आपापलं तोंड दाबून रडत होते. त्यांच्या नाका डोळ्यातून पानी येत होतं.

***

पुढं निघायच्या हुकूमाची वाट बघत सारि मुगल छावनि अजून नदीच्या वळनावरच थांबलेली होती. सरदार बिलाल खान त्याच्या डेऱ्यात मनसबदार फकर जमाल संगं हुक्का पित शतरंज खेळत होता.

बाहेर हशमांचा पहारा होता. कही शिपही तंबूत चिलम पीत बसले होते. तर कही झाडाखाली गप्पा मारत बसले होते. तर काही आपल्या राहुट्याची डागडुगी करीत होते. माघं नदीत दोन शिपही अब्दुल अन गफूर छाती इतक्या पान्यात

अंघोळ करित होते. त्यांचे कपडे अन हत्यारं काठावरच्या दगडावर होते.

'वो देखो क्या है.', वाहत येत असलेल्या एका प्रेताकडं बघत अब्दुल म्हनला.

'औरत है.', प्रेताला बघत गफूर म्हनला.

अब्दुल लगीच त्या बाईच्या प्रेताला धरायला पुढं गेला. जसा अब्दुलनि त्या प्रेताच्या खांद्याला हात लावला तसा आपल्या खांद्याला झटका मारीत गंगानि पान्यात उभा राहुन आपल्या हातातला बिचवा अब्दुलच्या काळजात घातला. बिचव्याचं अख्ख पातं अब्दुलच्या उघड्या छातीत शिरलं. गंगानि दुसऱ्याच झटक्यात तेव बिचवा अब्दुलच्या छातीतून उपसून त्याच्या गळ्यावर फिरवला. अब्दुल सारं पानी लाल करीत तिथच बुडाला.

तव्हर गफूर हाथियार घ्यायला काठाकडं पळत सुटला होता. काठावर पोहचायच्या आधीच हरनावनि उड्या मारीत शिवा गफूरपुढं जाऊन उभा ऱ्हायला.

'खाली बस.' शिवा म्हनला.

गफूर तिथच काठावर मांडी घालून बसला.

'तुला नही मारायचं. खंडोबाची शप्पत.', शिवा गफूरला म्हनला.

तिकडं गंगा पान्यात बुडलेल्या अब्दुलचं मुंडकं कापीत होती. तिच्या आजूबाजूचं सारं पानी गडद लाल झालं होतं.

***

घटका भरानी रक्तानि भरलेला पूरा उघड़ा गफूर लंगडत लंगडत छावनीच्या फाटका जवळ पोहोचला. पहारेकरी गफूर ला बघून हायरान झाले होते.

'सरदार बिलाल खान के पास जा रहा हूँ.', हापकत हापकत गफूर म्हनला.

हायरान झालेल्या दोन्ही पहारेकऱ्यांनि गफूरला गपचूप आत जाऊन दिलं. जसं जसं गफूर छावनित शिरत होता तसं तसं शिपही आपलं काम सोडून गफूरकडं घाबरून बघायला लागले होते. त्यांच्यातला एक शिपही पटकन गफूरकडं चलत आला अन गफूरच्या गळ्यात लटकत असलेलं अब्दुलचं मुंडकं काढायला लागला. मार खाऊन सुन्न झालेल्या गफूरनि त्या शिपह्याचा हात झटकिला.

'उसे छूने के लिए नहीं कहा है. वो औरत तुम्हे भी मार देगी. मुझे सरदार

बिलाल खान के पास ले चलो. मुझे सरदार बिलाल खान के पास ले चलो. वो औरत तुम्हे भी मार देगी.', गफूर म्हनला अन लगीच चक्कर येऊन जमिनीवर पडला.

शिपह्यांनी गफूरला उचलून बिलाल खानकडं न्हेलं. तोंडावर पानी मारताच गफूरनी डोळे उघडिले.

'हुझुर वो एक काफिर औरत है. वो औरत सबको मार देगी. सबको.', गफूर घाबरत घाबरत म्हनला.

'हटाव इसको यहाँ से.', बिलाल चीढुन म्हनला.

शिपही लगीच गफूरला तिथून घेऊन गेले. आपल्या शिपह्याचे हे हाल बघून बीलालची तळपायाची आग मस्तकात गेली होती.

'मराठों ने हमारी फ़ौज के हौसले तोड़ने के लिए ये किया है. देखो कैसे खौफ छा गया है इनकी आँखों में.', आपल्या हशमांकडं इशारा करून बिलाल फकरला म्हनला.

'मराठे और जोश में आनेसे पहले ही उनको ढूंढो और यहाँ लावो.', बिलालनि फकर जमालला रागात सांगीतलं.

'जनाब हम इस इलाके में नये है. मराठो को इस पहाड़ियों का चप्पा चप्पा पता है. सभी गांववाले और आदिवासी उनको पन्हा देते है. हम कहाँ ढूंढेंगे?', फकर म्हनला.

'तुमसे नहीं होगा. तुम्हारी आँखों मे कभी कभी कुफ्र नजर आता है मुझे. मैं खुद ही कर लूंगा.', बिलाल फकरला म्हनला. अन त्याच्या डेऱ्यात गेला.

फकर त्याचे डोळे बारीक करून डोकं खाजीत तिथच उभा ऱ्हायला.

***

त्यांच्या ठरलेल्या वखारीतून शिवा अन रायबा भाताचं एक एक पोतं खांद्यावर उचलून निघाले होते. वखारीच्या दारात पोहचताच सातआठ शीपह्यांनी माघून येऊन त्यांला धरलं अन लगीच दोघांचे हातं दोरीनी बांधून टाकले. शिवाला हे कही नवं नव्हतं. पन रायबा जाम घाबरला होता.

बाहेर फकर जमाल त्याच्या दहा शिपह्यांसंगं तलवार उपसून उभा होता.

'रायबा घाबरू नको तू. कही नही करनार ते. मुखबिरी झाली.', शिवानि रायबाला धीर दिला.

'तू गप राय. मारायचं जर असतं ना तर आपल्यावर वार झाले असते वार. असं नवरदेवावनि धरून नसतं न्हेलं आपल्याला.', शिवा म्हनला.

'ले चलो इनको.', फकर जमाल त्याच्या शिपह्याला म्हनला.

दोघांला घोड्यांवर बसून चालीलं होतं.

'काय करायचं आता?', रायबानि घाबरल्या घाबरल्या शिवाला इचारलं.

'आता जे काय करायचं ते खंडोबा करीन. आपुन नुसतं अराम करायचा. आज पसून तालीम बंद. सारं बंद.', शिवा हसत म्हनला.

फकरच्या डोळ्यात बापूचे धारकरी धरल्याची ख़ुशी झळकत होती.

***

मुखबीरीची खबर भेटल्या भेटल्या बापूनि आपल्या मावळ्यांचं होडकं पाताळ वस्तीतून उचलून दाटीवाटीतुन वल्हवता वल्हवता लांब नदीच्या एका डोहाकाठी न्हेलं होतं. अन खंडू अन रखमाला शिवा अन रायबाची खबर काढायला पाठीलं होतं.

जिवाच्या आकांताने सवराज्या पायी धडपडत राहनारे मावळे त्या दिवशी पन धडपडतच होते.

सीताफळ अन चिंचेच्या झाडांमधी शिरून पिंपळाच्या पारंब्यानि आख्खी राई आपल्या ताब्यात घेतली होती. त्यांच्यावर मोक्कार वेली दांगुडा करीत फिरत होत्या. मावळ्यांच्या ह्या तुकडीनि सारा पाचोळ्याला सरकून दिवस मावळायच्या आत एका डोक्या इतक्या वाळवीच्या वारूळा शेजारी दोन झोपड्या उभारल्या होत्या.

साऱ्यांनी नदीवर आंघुळी करून आपापली पूजा उरकून घेतली होती. एका चुलीवर भात शीजत होता. अन दुसऱ्या चुलीत कंद भाजत होते. धना झोपडीत जाऊन दिव्याच्या उजाडात एकटाच पडला होता. तुळसा दारात बसली होती. तिच्या डोळ्याचं पानी कही थांबत नव्हतं. नवऱ्याची खबर आयकाय साठी तिचा

जीव हुरहूरला होता. गंगा अन मल्हारी झाडावर ज़ाऊन बसले होते. त्यांचे कानं खंडू अन रखमाची चाहूल लागायची वाट बघत होते.

बापू आपल्या पंजानि धोपीच्या मुसुमाला आवळून तीच्याशी लय साधत बसले होते. संघर्षाच्या डोहाकाठी जन्मलेल्या बापूचं मन नदीच्या डोहाकाठी बसून आपल्या शिवा अन रायबाला बघायला तळमळत होतं. काळ बापूवर घिरख्या घालीत होता. पन तारक होऊन बसलेली त्यांची धोप, शेजारी जळत असलेल्या शेकोटीची ऊब, रांगत चाललेलं सह्याद्रीचं पानी, त्याच्यात पडलेलं चांदनं अन मराठ्यांच्या गढावर फडकत असलेल्या झेंड्याला शिवून आलेलं वाऱ्याचं एक झुळूक लयी होतं हि अवघड रात काढायला.

पान्यातल्या झिंग्यांची चरचर खरखर, रातकिड्यांची किरकिर अन पाखराची कूउक कूउक चालूच होती.

घटका भरानी एखाद्या बिबट्यावनि झुडपातून खंडू अन रखमा उगले. त्यांला बघताच तुळसा उठली.

'झाली का भेट?', तुळसानि इचारलं.

पन खंडू अन रखमाचे डोळे बापूला हुडकित होते.

'कुठय बापू?', खंडूनि इचारलं.

'नदीकडं बसलेत.'

दोघं पटकन नदीकडं निघले. सारे पटा पटा त्यांच्या माघं माघं गेले.

'शिवा अन रायबा बिलालच्या छावनित हे बापू. पुढं काय करनार हे ते उद्या कळन.', खंडू म्हनला.

तुळसा रखमा पशी येऊन उभी ऱ्हायली.

'कही नही झालं दोघांला. उगं घाबरू नको तू.', रखमा तुळसाला म्हनली.

'आता आई भवानी जे तुझ्या पदरात टाकीन ते सुखानी घ्यायचं. जा दिवा लाव.' बापू तुळसाला म्हनले.

तुळसानि गपचूप आपले डोळे पुशिले. अन आत जाऊन शंकराच्या पिंडीपुढं बसली.

‘बापू मला वाटतं. दोघांला उघड्यावर टांगून तडपू तडपू मारतेन ते.’, रखमा म्हनली.

‘कही तरी केलं पाहिजे बापू आपुन.’, धोपीची मूठ आवळून चिढुन खंडू बापूला म्हनला.

‘खरं हे. बापू कही तरी लवकर केलं पाहिजी. तुम्ही नुस्ता हुकूम द्या.’, रखमा म्हनली.

बापू दोघांच्या डोळ्यात बघत होते.

‘खंडू? रखमा? त्यान्हला सुखरूप आनल्या शिवाय आपल्यला झोप लागनार हे व्हय? तुमच्या सवताला अजून वळखिळं नही का तुम्ही? आपुन मराठे हे. शिवबाचे मराठे. पन शेवटी चकवा देनारा अन चांदनं दाखीनारा तेव हरीच हे. तुम्ही दोघं दमले असतान. चला जेवून घेऊ आपुन.’, बापू म्हनले.

वारुळाला भाताचा निवद ठेऊन चुलीची ऊब घेत घेत सारे जनं पळसाच्या पानाच्या वाटीत कंदभात खात होते.

झोपडीत सारे झोपले होते. टेम्ब्याच्या उजाडात बापू अन रखमा बारीक बारीक काड्या अन खडे जमिनीवर ठेऊन मोहिमेची मांडनी करीत होते.

बाहेर वारुळापुढंचा निवद वाळवीनि सारा झाकून टाकला होता. आज वारुळा शेजारी मोराचा कळप येऊन बसला होता. तिकडं एका येड्या बाभळीत नुकताच जाळ्यात अडकलेल्या रातकिड्याला जंगली कोळी आपल्या रेशमी फासानि अवळीत होता.

***

दिवसाला नारंगी पालवी फुटली होती. मुगल छावनिच्या आयीन मधल्या पटांगनात शिवा अन रायबाला उच फळ्यांवर उभं केलेलं होतं. त्यांचे हातपाय खंब्याला बांधलेले होते. येता जाता मुगल शिपही त्यांच्याकडं बघून हसत होते. बिलालचं म्हननं खरं होतं. मराठ्यांची अशी दशा बघून त्याच्या छावनिचा आत्मविश्वास परत आला होता.

रातभर झालेल्या मुक्क्या मारामुळं दोघं गळाले होते. रिकामं पोट अन कोरड्या

गळ्यामुळं त्यांचं तोंड कडू पडलं होतं. रातभर बाहेर उघड्यावर ठुल्यामुळं त्यांचं सारं आंग गारठलं होतं. त्यांच्या जखमांवरचं रक्त भी गोठून गेलं होतं. पानी न भेटल्या मुळं दोघांच्या व्हटावर पापड्या आल्या होत्या. रायबाचा डावा डोळा सुजून लाल झाला होता. त्यांच्या साऱ्या आंगावर कोड्याचे निशान होते. रायबाला आता हेव नरकवास सहन होत नव्हता.

'खानाला आपल्याला लवकर मारायचं सांगना शिवा. लयी आग सुटली आंगाची.', रायबा शिवाला म्हनला.

शिवा रायबाकडं बघून आपल्या सुजलेल्या गालात हसला.

'कशाची आग रे?', शिवानि रायबाला इचारलं.

'तुला कसकाय आग व्हत नही?'

'मावळ्याला नसती व्हत आग.'

'कसकाय?'

'अशे डोळे बंद करायचे मस्त पयकी. आन आपल्या राजाला डोळ्यापुढं आनायचं. हे पहा असं.', म्हनून शिवानि आपले डोळे बंद केले.

'अहाहाहाहा राज़ं आलं राज़ं आलं. मुज़रा करतो राज़ं. मी चांगला हे राज़ं. तुम्ही हुकूम करा राज़ं. नुसता हुकूम करा. काळजीच नका करू आमची राज़ं. तुम्ही चांगले राह राज़ं. तुमच्या आशीर्वादाने राज़ं हेव शिवा शिवा हे राज़ं. नहीतर ह्या गनिमानि कव्हाच मला अब्दुल्ला केलं असतं राज़ं. कव्हाच आमच्या आयी भयीनि उचलून नेहल्या असत्या राज़ं. तुम्ही लाखो लाखो हिंदूंचे तारनहार हे राज़ं. माझ्यावनि हजारो मावळं तुमच्या साठी हसत हसत जीव उधळवून टाकतेन राज़ं. तुम्ही चांगलं राव्हा म्हनून राज़ं आमचं सारं गाव पारायन करतंय राज़ं. अन उपास भी धरतंय राज़ं. सारे तुमची वाट बघतेत राज़ं. सारे म्हन्तेत एकदा तुम्हाला बघायचंय राज़ं. आमच्या गावाकडं सारे मला तुमच्या बद्दल इचारतेत राज़ं. त्यान्हला मी काय म्हनतो सांगू का राज़ं. देखीला देखीला माय देवाचा देवाचा देवो. देखीला देखीला माय देवाचा देवाचा देवो. देखीला देखीला माय देवाचा देवाचा देवो. देखीला देखीला माय देवाचा देवाचा देवो......', आपल्या बापानी शिकिलेल्या

चालीत शिवा भूपाळी अभंग म्हनत होता.

शिवाच्या बंद डोळ्यातून पान्याच्या धारा वाहत होत्या.

महाराजांन प्रति असनारी ह्या मावळ्याची भक्ती बघून रायबाच्या भी डोळ्यात घळाघळा पानी सुटलं. रायबाला आता भरोसा झाला होता का ह्या शूरवीरांवर मुगली यातनेचा खरंच कही असर होत नही. हे बघून रायबाच्या अंगाची भी आग कमी व्हायला लागली. त्यानी भी आता मावळ्यांवनि महाराजांचं ध्यान केलं. अन ह्या अवघड घडीला शिवावनि हसत हसत आपल्या शिंगावर घेतलं.

पन पुढं बघताच अचानक रायबाच्या चेहऱ्याचा हावभाव बदलून गेला. तेव टक लावून पुढं बघायला लागला. आपुन सपान बघतो का काय असं त्याला वाटायला लागलं होतं. त्यानी दोनदा तीनदा आपले वल्ले डोळे मिचकून बघितलं. पन तरी भी त्याला कही सूचत नव्हतं. शिवाच्या महाराजांसंगं गप्पा चालूच होत्या.

'शिवापुढं बघ. ते बघ लवकर.', रायबा शिवाला घाईघाईत म्हनला.

शिवानि आपले वल्ले डोळे उघडून पुढं बघितलं. त्याला जे वाटत होतं तेच झालं. बापू अन खंडू बंजाराच्या वेषात गव्हाच्या पोत्यानि भरलेली बैलगाडी घेऊन छावणीत शिरले होते. त्यांच्या माघं एक मुगल शिपही भी होता.

वाळवटात तहानलेल्या मेंढरांला धनगर जसं ताजीच्या उताराच्या नळकांडाला काठीनं उकरून पान्याचा झरा काढतो तशी ह्या बापू शेलारानी आपल्या मावळ्यां साठी मूगल छावनित शिरायची वाट काढली होती.

बापूची बैलगाडी शिवा अन रायबापुढं थांबली.

'बोहोत अच्छा किया इनको पकड़के. हमको लूटने आये थे ये बहार से. बोहोत अच्छा किया. काफिर है ये. काफिर है.', खंडू शिपह्याला म्हनला.

'चुपचाप गोदाम मे ले चलो.', शिपही असं म्हनताच बापूनी बैलाच्या पाठीला थाप दिली अन गेले पुढं निघून.

'सांगूका आता खानाला? आम्हाला लवकर मार म्हनून?', शिवानि रायबाला इचारलं.

रायबा आपल्या सुजलेल्या गालात खदकन हसला.

धान्यानि भरलेल्या साऱ्या बैलगाड्या रिकाम्या करता करता सूर्यनारायन डोक्यावर आला होता. ह्या उच मोठ्या तंबूत सारिकडं धान्याच्या पोत्याच्या उच उच थप्प्या लागल्या होत्या. आलेल्या धान्याचा हिशोब घेऊन शिपह्यानि साऱ्या बंजाऱ्यांला बाहेर काढलं. अन गोदामाचं दार लावून घेतलं.

बापू अन खंडू साऱ्यात वरच्या थप्पीवर जाऊन पोत्यांच्या माघं लपून बसले. त्यांन्ही संगं आनलेल्या धोपी पोत्यातून उपसून आपल्या बाजूला ठुल्या. दार बंद झाल्यामुळं सारिकडं अंधार झाला होता. घुशींच्या, उंदरांच्या अन सडलेल्या धान्याच्या धकधक्या वासात दोघं जन आपले डोळे झाकून गप पडून ऱ्हायले.

'बापू एक विचारू का?', खंडू हळूच बापूला म्हनला.

'काय?'

'सूर्य मावळायच्या आत निघाव लागन ना आपल्याला?'

'बघू ना.'

भुकेच्या तडाख्यात खंडूनि पोतं उकरून गव्हाचे दाने काढले.

'बापू दाने देऊ का?', मूठभर गहू काढून खंडू म्हनला.

'खाऊ नगं तहान लागन.', बापू म्हनले.

खंडूनि भुकेला गिळित हातातले सारे दाने खाली टाकून दिले.

दोघांचं भी आंग घामानी चिकट झालं होतं. घुशींच्या अन उंदराच्या कुर्तडन्याचा आवाज आयकत दोघं अंधाराच्या कुशीत पडले होते.

धडकन दार उघडन्याचा आवाज आला. दोघं भी आपला श्वास दाबून धरीत सावध झाले. थप थप थप करीत त्या शिपह्याच्या पायाचा आवाज कानावर पडत होता. तेव शिपही पोत्याच्या थप्पीवर चढायला लागला होता. मंग थप्पीवर चढून तेव शिपही एक एक पोतं सरकायला लागला. खंडूनि त्याचा बिचुआ बाहेर काढला पन बापूनि लगीच त्याला दम धरायचा इशारा केला. आता तेव शिपही पोतं सरकित सरकित खंडूच्या जवळ यायला लागला होता. बापूच्या जीवाचा जिम्मा खंडूवर असल्यामुळं खंडूचा जीव एका घायाळ इंचावनि तळमळायला लागला होता. पन तरी भी खंडू आपला श्वास आवळून नानावनि शांत बसला.

'बापू? बापू? कुठं हे तुम्ही?', आवाज आला.

बापूनि आवाज़ वळखून तटकन आपलं डोकं बाहेर काढलं. बघतेत तर पुढं त्यांचा चमकदार बदामी अंगाचा हानमा वस्ताद हशमच्या वेषात आपले डोळे मिचकित उभा होता.

'बापू मी तुम्हाला छावनित घुसतानीच बघीतलं होतं. शिवाला धरून आनल्या आनल्या मी म्हनलं व्हतं का आता बापू सवता आल्या शिवाय रायचे नही.', हनमा म्हनला.

'भाकर अन पानी हे.', खंडूच्या हातात रोट्याचं धुडकं अन पान्याचा तांब्या देत हनमा म्हनला.

'याच्यापुढं बारुदखाना हे. तिथं सहा हशम असतेत. आज त्याच्यातल्या चार जनाला दंगलीत अडकीतो. याच्याच माघं पळायची वाट हे. आपल्या पळायच्या वाटातले सारे बांबू ढिल्ले करून टाकितो. अन सारे काटे कुपाटे भी बाजूला सरकून ठेवीतो.'

'दंगल चालू झाली कि हे दार उघड. आम्ही तयारच राहू.'

'हा बापू'

'हरं हरं महादेव', बापू म्हनले.

'हरं हरं महादेव', हनमा म्हनला. अन तिथून निघून गेला.

दिवस मावळून गेला पन धान्याच्या कोठरीचं दार अजून कही उघडलं नव्हतं. बापू अन खंडू दम धरून वाट बघत बसले होते. बापू मूर्तीवनि आपले डोळे बंद करून पद्मासन घालून बसले होते. खंडू नुसता टकामका दाराकडं बघत बसला होता. त्याला कधी बाहेर निघू? अन कधी शिवा अन रायबाला मोकळं करून पळून जाऊ? असं झालं होतं. बाहेर लांब चाललेल्या दंगलीचा आवाज़ कानावर पडत होता.

आपल्या शिपह्यांची कुस्ती बघन्यात मगन असलेल्या फकर जमालच्या बाजूला हनमा उभा होता. हनमाचा जीव तिथून निघायला तळमळत होता. तेव आपले डोळे मिचकित उभा होता. फकरला त्याचे डोळे बघून काळजी वाटत होती.

‘क्या हुआ मेरे बच्चे? सब खैरियत तो है?’, फकरनि हनमाला इचारलं.

‘काय नही हुझुर. ते काल झोप झाली नही म्हनून जळजळ करतेत.’, हनमा म्हनला.

पन हे उत्तर फकरला कही पटलं नव्हतं. तेव हनमावर लक्ष ठेऊन होता.

इकडं शिवा अन रायबा भी दिवसभर उभा राहून दमून गेले होते. एक शिपही त्यांच्या पायाला मध लावीत होता.

‘अब आहिस्ता आहिस्ता चींटियां इस शेहेद को खायेगी. और आहिस्ता आहिस्ता तुम दोनो जहन्नुम में जाओगे.’, शिपही म्हनला.

पन दमून गेलेल्या शिवा अन रायबाचं सारं ध्यान बापू मधी गुतलं होतं. अन ते कही कुढं दिसत नव्हते.

‘मध लावून गपचूप जाय ना बोकडा. अन उलशीक मध आमच्या तोंडात भी टाक.’, शिवा त्या शिपह्याला रागात म्हनला.

'अच्छा? तो रुको.', शिपही शिवाला म्हनला.

त्या शिपह्यानि पटकन दोघांच्या आंगावर सारा मध वतला. अन संगं आनल्यालं पोतं सोडून दोघांच्या पाया जवळ ठुलं. पोत्यातून निघून मुंगळे त्यांच्या पायावरचा मध खायला लागले. रायबानि लगीच घाबरून शिवाकडं बघितलं. पन ह्या बारचीनि तेव शिवाला कही म्हनला नव्हता. महाराजांचं ध्यान करताच त्याच्या डोक्यात आल्याली मरनाची भीती खपलीवनि आपुआप गळून पडली. त्यानी गपचूप आपले डोळे बंद केले.

‘देखीला देखिला माय देवाचा देवो. देखीला देखिला माय देवाचा देवो.’, रायबा मनातली मनात म्हनायला लागला.

तव्हर मुंगळ्यांनी त्यांच्या पायावर चढाई सुरु केली होती.

तिकडं आपल्या भव्य डेऱ्यात बसून बिलाल खान अन मौलाना तारिक बकर मधी धार्मिक चर्चा रंगली होती.

‘سَنُلْقِي فِي قُلُوبِ الَّذِينَ كَفَرُوا الرُّعْبَ بِمَا أَشْرَكُوا بِاللَّهِ مَا لَمْ يُنَزِّلْ بِهِ سُلْطَانًا ۖ وَمَأْوَاهُمُ النَّارُ ۚ وَبِئْسَ مَثْوَى الظَّالِمِينَ’

‘हम अनक़रीब काफिरों के दिलों में रौब डाल देंगे. इस सबब से की उन्होंने ऐसी चीजों को अल्लाह का शरीक ठहराया जिनके हक में उसने कोई सनद नहीं उतारी. और उनका ठिकाना जहन्नम है. और बहुत ही बुरा ठिकाना है उन ज़ालिमों के लिए.’, मौलाना तारिक बकरनि बिलालला आयत ३:१५१ चा अर्थ समजून सांगितला.

‘माशाल्लाह.’, खुश होऊन बिलाल म्हनला.

धडाम धूम धडाम धूम धडाम धूम मोठमोठ्या आवाजानी सारि छावनि हादरून गेली. बारुदखान्यातुन थिनग्या उडून आजूबाजूच्या तंबुवर अन राहुट्यांवर पडत होत्या. मावळ्यांच्या साथीला अचानक कडेकपारीतून उठून एक फिरकं वारं आल्यामुळं हि आग सळासळा पसरायला लागली होती.

बापू अन खंडू उच उच आगेच्या लाटानि घेरलेल्या एका डेर्यातून उडी मारून बाहेर आले. दोघं भी मुगल शिपह्यांच्या वेशात होते. त्यांचं आंग घामानी अन धोपी रक्तानी भरल्या होत्या. त्यान्हला बघताच चार शिपहीनि त्यांच्यावर पुढून हमला केला. बापू अन खंडूनि दोन दोन शिपही वाटून घेऊन त्या चारीही शिपह्यांला जागीच गार केलं. तितक्यात शिवा अन रायबा पळत आले. ते दोघं शिपह्यांच्या पडलेल्या तलवारी उचलून बापूच्या माघं पळत सुटले. खंडू माघं नज़र ठेवीत त्यांच्या संगं पळत होता.

मधानी भरलेलं दोघांचं आंग लांबून चमकत असल्यामूळं दोघांनी अंगाला पटापटा माती चोळीली. जशे ते चौघं छावनिच्या घेऱ्याच्या काट्या कुपाट्याला पार करून जमिनीत रवलेले टोकदार बांबू उपसून बाहेर पडनार होते का नायब सुबेदार तैमूर खान अन त्याच्या दहा आडदांड अफगान हशमांनि त्यान्हला माघून पुढून घेरलं. बांबूच्या पलीकडून पाच ज़नं अन बांबूच्या इकडून तैमूरला धरून सहा ज़न होते.

‘कहाँ जा रहे हो?’, तैमूर म्हनला.

‘हुज़ूर सरदार बिलाल खान ने कहा है इनको जल्दीसे ले जाकर मार दो.’, खंडू तैमूरला म्हंला.

हे आयकून तैमूर भडकला.

'तेरी हिंदी ज़बान से मुझे कुफ्र की बू आ रही है. झूट बोल रहे हो तुम. अगर ये बात है तो फिर उनके हाथ में तलवार क्यूँ है?', रागानी तैमूर म्हनला.

एव्हाना रायबा, शिवा अन खंडूला कळलं होतं का आता अवघड घडी येऊन टेकली हे. तिघांनी भी बापूकडं बघितलं. बापूच्या तीक्ष्ण डोळ्यांनी मावळ्यांच्या धधकत्या केसरी अंगाराला आजून वारं दिलं होतं.

'नायब सुबेदार तैमूरच हे ना तू? अफगानी बोकूड हे ना तू?', बापूनि मोठ्या आवाजात तैमूरला इचारलं.

'कौन हो तुम?', तैमूरनि बापूला विचारलं.

'वळखलं नही का मला? अरे मराठ्यांचा सरदार बापू शेलार हे ना मी येड्या.', बापू तैमूरला म्हनले.

बापूच्या खनक्यात यळकोटाचं बळ होतं. हे बघताच मावळ्यांला कळलं होतं का आता गनिमावर खंडोबाच्या भंडार्यावनि उधळायची बारी येऊन टेकली होती.

बापू शेलारवनि एवढा मोठा शिकार डोळ्यापुढं बघून तैमूरला अजून उधान आलं होतं. पन त्यानी कही हालचाल करायच्या आतच हनमा माघुन पळत आला अन तैमूरच्या पाठीत आपली तलवार खुपशीली.

'हाना.', आवाज छावनित जाऊ नही म्हनून बापूनी हळूच लढाईचा इशारा केला.

मुगल अन मराठ्यांची झुंज सुरु झाली. धुंद धडानी तुटून पडलेल्या मावळ्यांनि एका दमात बांबूच्या अलीकडचे सहाची सहा अफगानि मुंडके काढून टाकले. मराठ्यांचा तांडव बघून बांबूच्या पलीकडचे सारे हशम लगीच पळून गेले.

'बिलालला अन फकरला तिकडंच गुंतून ठुलं अन आलो पळून.', बांबू उपशीता उपशीता हनमा बापूला म्हनला.

'खंडू तू पुढं व्हय. शिवा रायबा खंडूच्या माघं व्हा. हनमा तू संगं थांब.', बापू म्हनले.

खंडू, शिवा अन रायबा वाऱ्यावनि जंगलाकडं पळत सूटले.

माघून येनाऱ्या हमल्याला थांबिन्या साठी बापू अन हनमा तिथच दगडाचं आड घेऊन अंधारात लपून बसले. पन अचानक लागलेल्या आगीला बघून हायरान झालेलं अन अफूच्या नशेत गुंगलेलं गनीम अंधारात आलच नव्हतं.

ठिकान्यावर पोहचून खंडूनि तीनदा कोल्ह्याचा अन तीनदा वाघाचा आवाज़ काढला. बापूला इशारा भेटला होता. पन गनीम सावध व्हईन म्हनुन बापूनी खंडूला उत्तर नव्हतं दिलं.

'हनमा तू पुढं व्हय.', बापू म्हनले.

बापू अन हनमा जंगलाकडं पळत सुटले. हनमा पुढं पुढं आन बापू त्याची पाठ राखीत त्याच्या माघं माघं. फिरकं वारं भी आता वसरायला लागलं होतं.

बिलाल आपल्या डेऱ्या बाहेर उभा राहून छावनित पसरलेली आगजनी बघत होता.

'मुझे तुम्हारे हशम पर पेहेले से शक था. सुल्तान को हराने वाला मामूली पहलवान कैसे हो सकता है? तुम मेरे अज़ीज़ दोस्त नहीं होते तो आज मैं तुम्हे इसी आग में ज़िंदा जला देता फकर.', बिलाल शेजारी उभ्या फकरला म्हनला.

फकर घाबरला होता. हुक्का पियू पियू जड झालेल्या त्याच्या बुद्धीला कही उमजत नव्हतं.

'डरने की कोई बात नहीं है. ये मराठे ऐसे ही चुहे कि तरह इधर उधर से छोटे छोटे हमले करते रहेंगे.', बिलाल म्हनला.

'जनाब. हम लोग भी मराठों के अनाज और बारूद के ठिकाने उड़ा देते है.', फकर बिलालला म्हनला.

हे आयकून बिलाल अजून चिढला.

'फकर जमाल. होश में आओ. अपने सामने खड़े काफिर दुश्मन को पेहचानो. मराठे अपने कमर पर मुठ्ठीभर गुड़ और चने बांधकर घूमते है. वही उनके अनाज का ठिकाना है. और रही बात उनके बारूदखाने की तो बारूद वो खुद है.', बिलाल म्हनला.

फकर आपले डोळे बारीक करून डोकं खाजित उभा होता.

‘हम हातीसे चूहे को नहीं मार सकते. करने दो उनको जो करना है. लेकिन इससे पहले की बापू कोई और बड़ी साजिश करे, जल्दी से हमे केसरीगढ की ओर निकलना होगा.’, बिलाल फकरला सांगून डेऱ्यात गेला.

फकर आपले डोळे बारीक करून आगेवर पानी टाकीत असलेल्या शिपह्यांकडं बघत उभा होता.

***

जंगलात शिरल्या शिरल्या शिवा अन रायबानि एका ओहळावर आपलं आंग धून घेतलं अन सारा मघ काढून टाकला. काळाचा पिंजरा फोडून उडाल्याल्या शिवा अन रायबाची सारि तहान त्या ओहळाच्या दोन ओंजळी पान्यातच मिटली होती.

बापू अन खंडू कारव्याच्या झुडपातून वाट काढीत काढीत पुढं चलत होते.

माघच्या टोळीत चलता चलता हनमानि आपल्या कमरेतलं गुळाचं खांड काढून रायबाला दिलं. रायबानी ते घेऊन तटकन तोंडात टाकलं अन आपलं तोंड गोड केलं.

‘धर शिवा.’, हनमा शिवाकडं हात करीत म्हनला.

‘नगं मला तुझा गूळ. एवढा उशीर करीत असतेत काय यायला? साऱ्या मुंगळ्यांनी खाऊन घेतलं ना मला.’, शिवा हनमाला चीढुन म्हनला. अन पुढं पुढं चालाय लागला.

हनमानि शिवाचा राग कहि मनावर घेतला नव्हता. त्याला महित होतं का त्याच्यामूळंच छावनीतून निघायला थोडा उशीर झाला होता. तेव अन रायबा गालात हसून गपचूप शिवाच्या माघं माघं कारव्याच्या फांद्या सरकीत सरकीत चालले होते.

‘शिवा लेका गूळ खात जाय जरा. गुळावनि साऱ्यांला संगं घेऊन चालायचं शिकशिन तू. असं एकटा एकटा कुढं चाललाय पुढं?’, हनमा शिवाला म्हनला.

शिवा गपचूप आपलं पुढं पुढं चालला होता.

'ते कसं काय हनमा दादा?', रायबानी इचारलं.

'आता बघना रायबा. ह्या गुळानि शिसं अन चुन्याला आपल्या सोबतीला घेतलं अन आपल्या साऱ्या गडाच्या तटबंद्या कश्या भक्कम करून टाकल्या? अन इकडं भी हेवच गूळ फुटान्यासंगं मिळून आपल्या मनगटात भी कसा जोर भरतोय. आपली भी तटबंधी कशी भक्कम करतोय? हाय का नही ह्या गुळाकडून दोस्ती शिकन्या सारखी?', हनमा म्हनला.

'हा.', रायबा म्हनला.

'आता ह्या गुळानि भी जर शिवावनि असं एकटं एकटच चाललं असतं तर जमलं असतं का? सांग बरं? झाली असती का आपल्या गडाची तटबंदी?', हनमा म्हनला.

'नसती झाली. गूळ दि आजून.', हात पुढं करीत रायबा म्हनला.

हनमानी रायबाला ह्या बारचीनी गुळासंगं फुटाने भी दिले.

'धर शिवा. आता तरी घी राव.', आपला हात पुढं करून हनमा शिवाला परत म्हनला.

ह्या बारचीनी शिवानी हसत हसत गुळफुटाने घेतले अन आपलं तोंड गोड केलं.

'मी गूळ, तू शिसं अन शिवा चुना.', हनमा रायबाला म्हनला.

'अय फुटान्या? आपलं कर सुरु.', चलत चलत शिवा हनमाला म्हनला.

'धोपीचं पातं.
कापून खातं.
गनीम काळीज़.', हनमा त्याच्या चालीत म्हनला.

'माझ्या शिबाचं मावळं.
कसं दौडतं घाटातं.
माझ्या शिबाचं मावळं.
कसं दौडतं घाटातं.', रायबा अन शिवा त्याच चालीत म्हनले.

'गनिमी छाती.

करुनं माती.

मस्तकं थाटातं.', हनमा म्हनला.

'माझ्या शिबाचं मावळं.

कसं दौडतं घाटातं.

माझ्या शिबाचं मावळं.

कसं दौडतं घाटातं.', रायबा अन शिवा त्याच चालीत म्हनले.

त्या राती ह्या तुकडीच्या सोबतीला पुढं चाललेल्या बापूची बापावनि सावली, बोट धरून वाट दाखीत चाललेलं टिपूर चांदनं अन झुपकेदार मारवेलाचा मोकळा मोकळा वास होता.

***

सीताफळ अन चिंचेच्या पानांला गोंजरीत पिंपळाच्या पारुंब्यातुन वाट काढीत करड्या पहाटचं कबरं धुकं कास्वावनि पुढं सरकत होतं. एका चुलीवर भात अन दुसऱ्या चुलीवर घोळाची भाजी बुडबुड्या मारीत होती.

गंगेनि वारुळाची पूजा करून त्याच्या गाभाऱ्यात चिखलावनि जमा झालेला अन्नाचा साठा काढला. मंग त्याच्यात थोडीशी वारुळाची माती कालून त्याचा लेप बनिला. धना तेव लेप शिवाच्या अंगाला लावीत होता. अन तुळसा रायबाच्या अंगाला लावीत होती. तिकडं बापू अन हनमा नदीकाठी बसले होते.

'तिथं सरदाराला माहित हे का महाराज मोहिमेऊन परत यायला अजून लयी दिस लागनार हे. अन केसरी गढावर तीनशे बेक्षा जास्त मावळे नहीत. असं पन म्हनत होते. सदाकदा तुमचं अन नानाचं नाव घेत होते. केसरी गढावर हमला करून बापूला ताब्यात घेतलं कि इथून तिथून दहशत पसरन. मंग लगीच त्याच्या पुढचा रुद्रगढ भी आपुआप ताब्यात येईन. केसरी गढावर लयी मोठा खजिना भेटन. असं पन म्हनत होता तेव फकर जमाल. बिलाल दिल्लीऊन आलेलं अफगान लष्कर घेऊन आलाय. त्या लष्कराला इथलं कही कळत नही बापू. आपल्याला

कडच्या लोकांला ते काहीच मानीत नहीत ते. गुलामच समजतेत ते आपल्या. त्यांला अजिबात वाटत नही का इथं कोन्ही त्यांला हारु शकतं म्हनून. नुसतं काफिर काफिरच म्हनत ऱ्हातेत आपल्याला ते. अन हा बापू ते सारे नेहमी अफूच्या धुरात गुंगलेले असतेत. आंघुळी नही का पूजा नही.', हनमानि बापूला डोळे मिचकित सांगीतलं.

'तुला काय वाटतं हनमा? आपुन पाडू का नही हेव अफगान गनीम?', बापूनी इचारलं.

'काय इचारताय बापू तुम्ही. त्या राती छावनितच आपुन कितीकं गनीम पाडले बापू.', हनमा म्हनला.

बापू हे उत्तर आयकून हसले.

'त्यांचा गोळा बारूद संपला का आहे अजून?', बापूनि इचारलं.

'कालच्या आगीत बरीच दारूची भुकटी अन त्याच्या बाजूच्या तंबूत ठुलेलं बरच शीसं भी जळलं होतं बापू.' हनमा म्हनला.

एव्हाना पानांवर वघळ पडायला सुरुवात झाली होती.

***

ओसाडलेल्या दुपारच्या उन्हात मल्हारी एकटाच उच उंबराच्या फांदीवर बसला होता. उंबराच्या लाडुनी सारि फांदी भरून गेली होती. पिकून लाल झालेले लाडू खात मल्हारी गस्त देत होता. सारिकडं पसरलेल्या सामसुमीला त्याचे कान ध्यान देऊन आयकत होते.

दाट झुडपात रायबा आपल्या दोन्ही हातात एक एक परशु कुऱ्हाड धरून वाळलेल्या खोडांला गनीम समजून खटा खटा तोडीत सुटला होता. तेव आपल्या उजव्या हातानी पुढच्या खोडावर उभा घाव घालीत होता. अन लगीच वळून आपल्या डाव्या हातानी माघच्या खोडावर आडवा घाव घालीत होता. लाकडावर केलेले खोल अन तिरके घाव सांगत होते का रायबा एक मुरलेला धारकरी होता.

घटका भरानि पलीकडच्या कड्या खालून येनारी बारीक कुज़बुज़ त्याच्या कानावर पडली. तेव तटकन उठला अन डोळे झाकून परत त्या कुजबुजीच्या दिशेनी

आपले कान केले. त्याचा अंदाज खरा होता. ह्या वक्ताला कड्या खालून येनारा आवाज़ थोडा परका परका वाटत होता. तिकडची किड्या पाखरांची कुज़बुज़ भी ज़रा परकी परकीच वाटत होती.

'त्या बाजूला कोन हे? गंगी.', मल्हारी सवतालाच म्हनला.

लगीच त्यानी तीनदा माकडाचा अन एकदा मोराचा आवाज़ काढला.

दगडाच्या सावलीत लपून बसलेल्या गंगेनि लगीच तीनदा कोकिळाचा आवाज़ काढून मल्हारीला उत्तर दिलं. मंग ती पटकन आपली धोप उचलून कड्याकडं चालायला लागली.

गंगानि कड्याउन डोकुन बघितलं. खाली गनीमाचं हझारोचं पायदळ खिंडीतून जाताना तिला दिसंलं. त्याच्यात पुढं कही अन माघं कही घोडदळ भी होतं. आईन मधी दोन मोठमोठ्या तोफा भी दिसत होत्या.

***

सांजदिवा लावून अन वारूळावर भाताचा गोळा ठेऊन बापू, रखमा अन खंडूला घेऊन नदी काठी बसले होते.

चंद्राच्या दुध्या नीळ्या उजाडात बापूनि हल्ल्याचं नियोजन सांगायला सुरुवात केली. त्यांच्या मधी चिखलानि बनिलेली एक छोटी टेकडी होती. टेकडीचा वरचा भाग नागाच्या फनिवनि सपाट होता. नागाच्या शेपटीवनि एक लांब वाट त्या टेकडीच्या एका बाजूनी चढून टेकडीचा सपाट माथा वलांडून दुसऱ्या बाजूनी उतरत होती.

'नदीच्या कडा कडाच्या वाटानी बिलाल निघालाय.', बापू म्हनले.

'नदीमूळं एवढ्या मोठ्या लष्कराची पान्याची सोय होती. अन एका बाजूनी गनिमाला पान्याची चांगली तटबंदी भी भेटती.', रखमा म्हनली.

'पळसाची खिंड वलांडून आमराई पार केली का हि नागफनी टेकडी लागती.', बापू चिखलाच्या टेकडीकडं बोट दाखित म्हनले.

'असा ह्या वाटानि बिलाल नागफनी टेकडीच्या पायथ्याला येउन इथला नाला पार करीत पलीकडचं टेपूर वलांडून ह्या इथून चढाई सुरु करिन.', डोंगरावर येनाऱ्या

वाकड्या तीकड्या वाटाकडं बोट दाखित बापू म्हनले.

'अन मंग हि दाटीवाटीची चढन सुरु होती. दोन मोठ्या तोफा असल्या मुळं लष्कराला एवढा चढ भराभरा पार करायला अवघड जाईन.', बापू म्हनले.

'वाट निर्धोक असल्याची खात्री करनाऱ्या पुढच्या पथकात कही घोडदळ पन हे. त्याच्या माघं बिलालचं हशमांचं पायदळ असन. अन ह्या पुढच्या पायदळाच्या घेऱ्यातच बिलालची पालखी असन.', बापू म्हनले.

'पुढचं घोडदळ, पायदळ अन बिलालची पालखी नागफनिच्या माथ्यावर पोहोचली कि बाकीचं सारं लष्कर इथून खाली ढाकलायचं.', टेकडीच्या माथ्याच्या टोकाला बोट दाखून बापू म्हनले.

'माथ्यावरून पुढं जायची वाट दगडांनी बंद करून टाकू. अन त्यांच्या दोन मोठ्या तोफा आपल्या कडून लढत्यान.', बापू म्हनले.

'कसं काय?', खंडूनि इचारलं.

'ह्या चढा मूळं त्याचं बरच पायदळ तोफांला पुढून वढन्यात अन माघून ढकलन्यात गूतुन जाइन. अन जर का ह्या तोफा त्यांच्या हातातून सुटल्या तर उतारानी नीट खाली जात्यान.', बापू म्हनले.

खंडूच्या अन रखमाच्या लक्षात आलं.

'ते सारं लष्कर अफगानी दरोडेखोर हे. त्यान्हला कही घेनं देनं नही मुगलशाहीचं. एक खाली पडला का बाजूचे आपुआप जीव वाचीत एकडं तिकडं पांगतेन. शिवाला अन रायबाला सोडून आंतानि सारे अफगान पळून गेले होते. तसं भी लढाईत बाईला बघून त्यांचे हातपाय गळून जातेत.', बापू म्हनले.

'इकडं मी बिलालला ताब्यात घेऊस्तर तुम्ही तिकडं लष्कर चोपून ठेवायाचं.', बापू म्हनले.

'गनिमाला मारायचं नही. नुसतं घायाळ करायचं. सारि नाग फनी हादरली पाहिजी त्यांच्या किंचाळीनी.', बापू म्हनले.

'हाय का तयार?', बापूनी इचारलं.

'शंकरवाडीच्या शंकराची आन घेऊन सांगतो बापू. तुम्ही अजिबात काळजी

करू नका. नागफनिला मुगलशाहीच्या रक्तानी अभिषेक नही घातला तर खंडुबाचा खंडू नही.', सळसळत्या आवाजात खंडू म्हनला.

'हरं हरं', रखमा म्हनली.

'महादेव' बापू अन खंडू म्हनले.

लांब झोपडी पशी बसलेल्या तुकडीनि भी 'हरं हरं महादेव' चा जयजयकार केला.

झोपडीत त्या राती कोन्हालाच झोप लागत नव्हती. साऱ्यांच्या डोळ्यात धगधगत्या मशाली पेटल्या होत्या.

बाहेर बोचऱ्या गाऱ्यात वारुळाच्या खांद्यावर काज़वे सारी रात खेळत होते. त्यांही गवतात लपून उद्याच्या गनिमी काव्याची खबर आयकली होती. जे साळींदर मावळ्यांचं हे होडकं नदीच्या डोहाकाठी आल्यापासून लांबून त्यांच्यावर काळजीनि आपली नजर ठेऊन होतं ते आता आपले काटे बाहेर काढून दारात नाचायला लागलं होतं. झोपडीच्या आवारात घुमत असलेला गनिमी काव्याचा सुगंध त्याला दुपारीच लागला होता.

***

दिवस उगायच्या आतच बापू आपल्या महादेवाला आंघुळ घालन्यात मगन होते.

साऱ्यांचे कपाळं चंदनाच्या त्रिकुण्डानि अन भगव्या चंद्रकोरानी सज़ले होते.

सारे आपापल्या हत्याराला धूप देत होते.

रखमानि आपल्या धोपीच्या परजाला दोन लाल दोरे बांधून धारातीर्थी पडलेल्या आपल्या नवऱ्याचं अन पोराचं ध्यान केलं.

बारीबारीनी तुळसा सगळ्यांला ओवाळित होती.

तांबडं अजून फुटलं नव्हतं. मावळं अजून सुटलं नव्हतं. वारं येऊन बसलं होतं. पाना फुलात लपलं होतं. साक्षात वासुदेवाचं प्रतीक असलेल्या पिंपळाच्या झाडाचं एक एक पान कल्ला करीत आजच्या भगव्या सूर्यनारायनाला उठित होतं.

सारे जनं बापूपुढं येऊन उभा ऱ्हायले.

‘ॐ त्र्यम्बकं यजामहे सुगन्धिं पुष्टिवर्धनम् |

उर्वारुकमिव बन्धनान्मृत्योर्मुक्षीय माऽमृतात् ||’

बापूनि आपले डोळे बंद करून महामृत्युंजय मंत्राचा जाप केला.

मंग त्यांनी आपले डोळे उघडून आपल्यापुढं उभ्या मावळ्यांच्या तुकडीकडं बघितलं.

‘गीतेत जसं सांगितलंय का सत्य अन असत्य मधल्या लडाई मधी सत्य नेहमी एकटा उभा असनार. अन असत्याच्या माघं हजारो शैतानाची फौज उभी असनार. असं असून भी शेवटी सत्याचीच विजय होनार. मंग सत्य हे हाय. का हि माती आपली हे. हा धर्म आपला हे. आपली नाळ ह्या जमिनीत पुरलेली हे. अन ते गनीम जरी हजारो हजारोचं आसलं तरी भी त्या गनिमाला ह्या मातीत गाडून ही लढाई आपूनच जिंकनार. धर्मा पायी लढनारा आपला राजाच जिंकनार. आपल्या रक्तानी माखलेला आपला भगवाच जिंकनार.’, बापू म्हनले.

बापूच्या तोंडातून निघालेला एक एक शब्द खन खन करीत मावळ्यांच्या मस्तकात शिरून त्यांच्या मनगटाला बळ देत होता.

‘खंडोबाच्या भंडाऱ्यावनि आपला हा जन्म आपल्या सवराज्यावर उधळून टाकायला तयार झालेल्या ह्या शूरवीरांला मी मराठा सरदार बापू तुकाराम शेलार हात जोडून नमन करतो.’

बापूनि साऱ्यांपुढं हाथ जोडून आपलं डोकं वाकिलं. मावळ्यांनी भी आपली मान खाली वाकून बापूला नमन केलं.

‘दुसमानावर उधळून उरलो तर आपल्या राजाचे. नहीतर आपल्या खंडूबाचे.’, यळकोटाच्या बळात बापू म्हनले.

हे म्हनताच साऱ्यांच्या अंगात वादळ उठलं.

आपल्या बापाला पहिल्यांदाच ह्या रुद्र अवतारात बघितलेल्या गंगेचा तोरा बघन्या सारखा होता.

‘जय भवानी. जय शिवाजी.’, साऱ्यांनी जयघोष दिला.

‘हरं हरं’, खंडूनि जयघोष दिला.

'महादेव', साऱ्यांनी जयघोष दिला.

'चला.', बापू असं म्हनताच सारे बापूच्या माघं निघले होते.

डोंगराच्या पायत्याला रखमा आक्कानी तुळजावाडीचे दहा धारकरी अन घोडे तयार ठुले होते.

आपल्या बापूला बघताच गनाचं काळीज उभारी घ्यायला लागलं होतं. बापूच्या बोटांचा स्पर्श होताच भावनिक झालेल्या गनाचे डोळे भी पानावले होते. हे बघताच बापूनी आपल्या गनाला जोरात मिठी मारली.

मंग बापूनी मावळ्यांच्या नवीन तुकडीचं स्वागत केलं. अन लगीच तिथून निघाले.

'चल गना.', गनाची मान थोपटीत बापू म्हनले.

गना आपल्या बापूला घेऊन अजून एक मोहीम फत्ते करायला निघला होता. त्यांच्या माघं मावळ्यांची तुकडी नागफनीच्या दिशेनी निघून गेली.

***

धना पार घामाघूम झाला. तेव एका भल्या मोठ्या खडका खली लावलेल्या पारीला आपल्या साऱ्या ताकतीनं वर वढीत होता. तानून त्याच्या हाताच्या नसा वर आल्या होत्या. तेव खडक हालत होता. पन पुढं निघत नव्हता. बापू त्याच्या शेजारी उभा राहून बघत होते.

'लेका नुसत्या ताकतीनि नसतं व्हत. आई भवानीचं नाव घेतल्या शिवाय नही हालनार हेव खडक.', बापू धनाला हळूच म्हनले.

धनानी लगीच मनातल्या मनात आई भवानीचं स्मरन करून जोर लावला. तेव भला मोठा खडक लगीच गोल फिरत फिरत नागफनिच्या माघच्या वाटावर टाकलेल्या दगडांमधी जाऊन आदळला. अन माथ्यावरची माघची वाट बंद झाली.

निरनिराळ्या पाना फुलांनी गच्चं भरलेल्या नागफनी टेकडीच्या झुडपात मावळ्यांनी आपापल्या धोपा, भाले, इटा, धनुष्य बान आधीच आनुन ठुले होते. घोड्यांला माघं टेकाडावर झुडपात बांधून ठुलं होतं. त्याच्याच शेजारी पान्याच्या कळश्या अन हांडे भरून ठुले होते. घायाळ झालेल्या मावळ्याला बघायची

जिम्मेदारी धनाला दिली होती. त्याच्यामूळं त्याला साऱ्यात माघं ऱ्हायचा हुकूम होता.

नागफनिच्या टोकावर झुडपात लपून बसलेल्या हनमानि आपला भाला बाजूला ठुला अन कमरेतून गुळाचा तुकडा अन चीमुटभर फुटाने काढून तोंडात टाकले. शेजारी इटा धरून घात लावून बसलेल्या शिवानि त्याला बघितलं.

'खदाड्यावनि आपलं खाऊन घेयचं. अन मंग माघायचं दुसऱ्याला. अजून तर सारा दिवस जायचाय. अन आता पसूनच सुरु झालाय तू. तू माघ मला फुटाने मंग सांगतो तुला. फुटान्या.', शिवा हनमाला म्हनला.

'तुला कोन माघतय रे रडक्या? गपचूप पुढं लक्ष दि.', हनमा शिवाला म्हनला.

'किती माघ तू. देनारच नही मी.', शिवा म्हनला.

नदीच्या काठा काठानि येत असलेल्या एक हजाराची मुगल फौजेचा आवाज कानावर पडत होता. घोड्यांच्या टापांचा अन तोफांच्या चाकांचा खडखडाट लांबूनच कळत होता. घटका भरानी साऱ्यात आधी पाच घोडस्वारांचं पथक नागफनिच्या माथ्यावर आलं. अन वाट निर्धोक हे याची खात्री करून ते पथक परत गेलं.

नागफनिच्या पायथ्याला लागून तिथला नाला पार करीत पलीकडचं टेपूर वलांडून लष्करानि टेकडी चढायला सुरु केली.

वाट अरुंद असल्यानी दोन्ही तोफांला एका माघं एक करून शिपही वढीत होते. घाटाची चढन लागली होती. अवजड तोफा लयी मशागतीनि हळू हळू पुढं चढत होत्या. जव्हा उभा चड लागला तव्हा पायदळात गोंधळ उडाला होता. तोफा खाली घसरायला लागल्या होत्या. अजून दावे बांधन्यात आले. अन अजून बरेच शिपही त्या तोफा ढकलन्यात अन वढन्यात गुतले.

चलूचलू आंग दुखू नही म्हनून शिपह्यांनी अफू वढला होता. ते अफूच्या गुंगीत निवांत टेकडी चढत होते. कोनच्याच शिपह्याच्या मनात बिलाल साठी, नहीतर फकर साठी, नहीतर आपल्या दिल्लीतल्या सुलताना साठी, नहीतर आपल्या सवताच्या धर्मा साठी कहीच आपुलकी दिसत नव्हती.

दाट फांद्याच्या माघून चाललेल्या मावळ्यांची एक छोटी तुकडी ह्या शिपह्यांचा आतला अन बाहेरचा हावभाव टिपून त्याची खबर लगीच बापूकडं पोहोचित होती.

लढाईत उतरलेल्या दुश्मनाची नाडी वळखून आपला डाव टाकायला अश्या छोट्या छोट्या खबरींचा लयी मोलाचा वाटा होता. मावळ्यांनी केलेली अशीच बारीक सारीक मशागत मराठ्यांच्या गनीमी कावाचा खरा पाया होता.

घामानी बेजार झालेले अन आजू बाजूचं दाट जंगल बघून घाबरलेले शिपही जोर लावून त्या दोन तोफा व्हढीत होते. साऱ्यांला हेव उभा चढ लवकर पार करून मोकळ्या वाटावर पोहचायची घाई झाली होती.

पुढचं घोडदळ, पुढचं हशमांचं पथक अन बिलालची पालखी एका माघं एक नागफनिच्या माथ्यावर पोहोचताच बापूच्या इशाऱ्यावर मल्हारीनि आपला विशारी बान सोडला.

'ससससट' आवाज़ करीत तेव बान एका घोडस्वार हशमच्या नरड्यात घुसला. घोड्याची लगाम सोडून बानाला दोन्ही हातानी धरीत तेव हशम 'थथथप' आवाज़ करीत खाली आपटला. विषाचा असर सुरु होताच तेव हशम मोठमोठ्यानी वराडायला लागला.

'हुज़ूर, आप उस तरफ जाईये.', फकर बिलालला म्हनला.

बिलालची पालखी लगीच माथ्यावरच्या लांब एका कोपऱ्यात जाऊन अंगरक्षकांच्या घेऱ्यात थांबली. नागफनिच्या माथ्यावरचं गनिमाचं पायदळ अन घोडदळ इकडं तिकडं झुडपात बघायला लागलं होतं. पन गनिमाला अजून कही मेळ लागला नव्हता.

माथ्याच्या टोकावर वाटाच्या दोन्ही बाजूनी घात लावून बसलेला हनमा अन रायबानि बापूच्या इशाऱ्यावर आपले भाले यख्खटी फेकले. दोन्ही भाल्यांनि दोन घोडेस्वारांच्या छात्या फोडून त्यान्हला जमिनीवर पाडलं.

आता ह्या घायाळ गनिमांच्या किरकाळ्या लांब पोत आयकु गेल्या होत्या. सारं गनीम सावध झालं. पन कोन्हालाच दुश्मन दिसत नव्हता.

बापूनी कोकिळेचा आवाज काढून साऱ्या मावळ्यांला अजून वाट बघायचा

इशारा दिला.

'हमला हुआ है. अल्लाहुअखबर.', बिलालच्या इशाऱ्यावर फकर जमालनि लढाईची घोषना केली.

बापूच्या इशाऱ्यावर लगीच खंडू आपला पट्टा घेऊन टेकडीच्या माथ्या जवळ येऊन थांबलेल्या शिपह्यांच्या घोळक्यात शिरला. दुसरीकडं मल्हारी, रखमा अन गंगानि यख्खटी माथ्यावरच्या गनिमावर बानाचा पाऊस केला.

एव्हाना ह्या ज़खमी शिपह्यांच्या आवाज़ानी फकर अन बिलाल दोन्ही गोंधळून गेले होते. एका माघं एक आपल्या दोन्ही बाजूनी येनाऱ्या हनमा अन रायबाच्या भाल्यांनि गनिमाची पांगापिंग करून टाकली होती.

एका मोठ्या दगडाचा अडुसा घेऊन फकर जमाल आपल्या विश्वासू हशमानसंगं माथ्याऊन सुटायची योजना बनायला लागला होता.

'सबसे पहले सरदार को यहाँ से निचे ले जाना होगा.', फकर हशमला म्हनला.

तव्हाच वाटाच्या एका बाजूच्या झुडपातून पाच मावळ्यांची तुकडी पळत येऊन मुगल शिपह्यांचं आंग सरासरा कापून परत झुडपात पळून गेली.

'जाओ जल्दी.', फकर हशमला म्हनला.

हशमनी हुकूम देताच दहा शिपही मावळ्यांच्या माघं झुडपात पळले.

बाकी गनीम झुडपात पळालेल्या मावळ्यांच्या दिशेने बघतच होतं का तव्हाच दुसऱ्या बाजूनी आजून पाच मावळ्यांची तुकडी पळत यऊन शिपह्यांचं आंग सरासरा कापून परत झुडपात पळून गेली.

तिकडं झुडपात शिरलेले दहा शिपही अजून वापस नव्हते आले. त्यांच्या नुसत्या 'बचाव. बचाव.' च्या किरकाळ्या फकरच्या कानावर पडत होत्या. कारन झाडांवर घात लावून बसलेल्या मावळ्यांच्या बानांनी त्या साऱ्या शिपह्यांला आंधळं करून टाकलं होतं.

किरकाळ्या आयकून फकरनि आपलं डोकं खाजीत डोळे बारीक केले.

एव्हाना नागफनिच्या माथ्यावर गनिमाच्या रक्ताचा सडा पडयला सुरुवात झाली होती.

खंडूला दोन आडदांड अफगान पट्टेकऱ्यांनि माथ्याच्या कडावर घेरून ठुलं होतं. पन खंडू त्याच्या पुऱ्या ताकतीनं त्या दोघांचे पट्टे लांब लांब फेकीत होता. शेवटी कटाळून त्या दोघांनी खंडूला दमून मारायचं ठरीलं. एकानी पुढून वार केला का लगीच दुसरा खंडूच्या पाठी माघून वार करित होता. त्या दोघांच्या पट्ट्याला हूसकू हूसकू खंडूचे भी खांदे आता दमून गेले होते. हे त्या दोघांच्या भी लक्ष्यात आलं होतं. ते दोघं हळू हळू आपले पाऊलं खंडूकडं टाकीत चालले होते. पन खंडूच्या आंगावर धाव घ्यायच्या आधीच झाडा माघुन उडत येनाऱ्या शिवाच्या इटानि एक एक करून धडाधड त्या दोन्ही पट्टेकऱ्यांच्या छात्या उघडून टाकल्या.

'एवढा उशीर असतो काय? हे रे इटकरी. धनाला पानी अनायचं सांग लवकर. जाय.', खंडू आपला घाम पुशीत झाडा माघं लपलेल्या शिवाला म्हनला.

शिवा आपल्या इटाच्या पात्याचं रक्तं पुशीत खंडूकडं बघून हसला.

खंडूचा पट्टा अन शिवाच्या इटानि नागफनिच्या उताराऊन माथ्यावर येनाऱ्या पायदळाला लांब चोपून ठुलं होतं.

उताराला उभा असलेला तैमूर खानचा छोटा भाऊ मनसबदार अजमल खान, ध्यान देऊन मराठ्यांची हालचाल बघत होता. त्याच्या आता लक्ष्यात आलं होतं का सारि लढाई नुसती माथ्यावरच चालू हे. अन त्याच त्याच मराठ्यांच्या छोट्या छोट्या टोळ्या झाडातून येऊन आपल्यावर हमला करत्यात.

'ये मराठे हमे बेवकूफ बना रहे है. ये सिर्फ मुठ्ठीभर है. ये ज्यादा देर तक नहीं टिकेंगे. तुम सौ सिपाहीयों के साथ बायीं ओर की ऊंची पहाड़ियों में जाकर इनको उपर से घेरो.', अजमलनि आपल्या एका लडाक्याला हुकुम दिला.

'और तुम सौ सिपाहीयों के साथ दायीं ओर की ऊँची पहाड़ियों में जाकर इनको उपर से घेरो.', अजमलनि आपल्या दुसऱ्या लडाक्याला हुकूम दिला.

'मै यहीं से तुमको इशारा करूँगा. याद रखो सबसे पहले हमें अपने सरदार को वहांसे छुड़ाना है.', अजमल आपल्या दोन्ही लडाक्यांला म्हनला.

दोन्ही बाजूनी दोनशे मूगल शिपही झाडातून लपून लपून उच डोंगरावर जाऊन मराठ्यांला घेरायला निघाले होते.

तिकडं माथ्यावर मराठे बिलालला धरायच्या बेतात होते.

'गनिमी कावा किसे कहतें हैं वो इन मराठों को मैं बताऊंगा.', अजमल मनातली मनात बडबडला.

घटका भरातच माघून पडलेल्या गनिमाच्या घेऱ्यात धना जिता सापडला. लगीच एका हशमनि धानाला वढीत वढीत माथ्यावरच्या एका उच दगडावर आनलं. धना पार घाबरून गेला होता.

'रुक जाओ. रुक जाओ. ये देखो.', आपली तलवार वर धरून हशम मोठ्यानी वरडला.

आपल्या धनाला बघताच बापूनि हात वर करून लढाई थांबिली. सारे मावळे आपापल्या ठिकानी गपचूप उभा राहिले. अजमल भी आता माथ्यावर आला होता.

'बापू तूने मेरे भाई को मारा था ना. अब अपने चारों ओर देख.', अजमल बापूला म्हनला.

सारे मराठे डोंगरावर पसरलेल्या मुगल शिपह्यांला बघत होते.

हे बघून हशमच्या घेऱ्यात बसलेल्या बिलालच्या जीवात जीव आला.

'माशाल्लाह', अजमलकडं बघत बिलालच्या तोंडातून आपचूक निघलं.

'बापू उधळून उरलो तर आपल्या राजाचे. नहीतर खंडोबाचे.', घामाघूम झालेला खंडू म्हनला.

बापूनि हात दाखित खंडूला दम धरायचा इशारा केला. बापूचं सारं ध्यान उच टेकड्यांवर उभ्या गनिमांकडं अन अजमलकडं लागलं होतं. बापूनि आपली धोप दगडाला टेकिली अन धनाकडं चलत गेले.

'धना काय शिपही नही. त्याला गुमानं घरी जाऊदि. आम्हाला साऱ्याला घी.', बापू अजमलला म्हनले.

'तुम ठीक केह रहे हो बापू.', अजमल बापूला म्हनला.

'उसको छोड़ दो और सबसे पहले इस सरदार बापू को पकडो.', अजमल हशमला म्हनला.

त्या हशमनि लगीच धनाच्या खांद्याला सोडून बापूच्या हाताला धरलं.

'धना पळ. कही नही करनार तुला ते. जाय.', बापू धनाला म्हनले.

पन धना कही जागचा हालला नव्हता.

'मी नही जानार बापू. मी नही आयकनार तुमचं बापू.', धना बापूला म्हनला.

तिकडं खंडूच्या पट्ट्याचं पातं रागानी सळसळत होतं.

रखमा पिपळाच्या झाडावनि शांत उभा राहून बापूच्या हालचालीकडं लक्ष ठेऊन होती.

'ज़ाउका बिलालच्या अंगावर धावून?', हनमानि शिवाला इशाऱ्या इशाऱ्यात इचारलं.

शिवानि लगीच हनमाला गप उभा ऱ्हायचा इशारा केला.

हशम बापूचा दंड धरून बिलालकडं न्हेत होता. बापूपुढं अन हशम माघं माघं चलत होता.

आपल्या बापाला मुगलांच्या ताब्यात जातानी बघून गंगाचे डोळे अन व्हटं रागानी फडफडत होते.

'सबको अपने कब्ज़े में लेलो.', बिलाल पालखीच्या बाहेर येऊन जोरात वरडला.

एका हशमनि लगीच आपली तलवार म्यानात खोसली. अन तेव रखमाचा हात धरून तिला बिलालकडं ढकलीत न्ह्यायला लागला होता.

बापू आपली मान खाली घालून हळूहळू चलत होते. चलता चलता बापूची नज़र उच डोंगरावर उभ्या मुगल शिपह्यांला बघत होती.

बापूला बघून रखमा भी हळूहळू चालायला लागली होती.

फकरनि यऊन बापूच्या तोंडावर जोरात बुक्की मारली. बापूचं नाक फुटून रक्त बाहेर आलं.

'निचे बैठ. बैठ निचे सरदार बापू.', फकर म्हनला.

बापू लगीच आपल्या गुडघ्यावर बसले. हशम बापूच्या जवळच उभा होता. आपल्या सरदाराला आपल्याच जमिनीवर वाकलेलं बघून मावळ्यांचं काळीज पानावलं होतं. दम घेत बापूनी करपावली मधी खंडूला शांत ऱ्हायचा इशारा केला.

खंडूनि भी लगीच साऱ्या मावळ्यांला दम धरायचा इशारा केला.

'इतनी बड़ी मुग़ल फ़ौज से कब तक लड़ोगे? अपने इन मुठ्ठीभर सीरफिरे लोगों को लेकर. कब तक?', फकर बापूला म्हनला.

पन बापूनि त्याला कही उत्तर दिलं नव्हतं. मंग कटाळून फकर बापू पशी गेला.

'बापू माझं आयका. सगळ्यांचा जीव वाचन. तुम्हाला मुगल सरदार भी बनू. कब तक जंगल जंगल भटकोगे तुम? तुम अपनी इस टुकड़ी के साथ इस्लाम कबुल करो. मैं सरदार बिलाल खान से तुम्हारी माफिकी बात करता हूँ.', फकर बापूला हळूच म्हनला.

बापू फकरकडं टक लावून बघत होते.

'मला बघाना बापू. आज माझ्याकडं सारं हे. दौलत. शौहरत. औरत. सब कुछ. और अगर तुम नहीं मानोगे तो सब यहीं मारे जाओगे. हां लेकिन तुम्हारे बेटी को नहीं मारेंगे. उसे हम साथ ले जायेंगे. जल्दी बोलो इस्लाम कबुल करते हो?', फकर म्हनला.

'हे सारं महाराजांचं कट्टर मावळं हे. त्यांला जर असं इस्लाम व्हायचं सांगितलं ना तर तुझं काळीज इथंच कापून खातेन ते. लयी येडे हेत ते.', बापू हसत म्हनले.

बापूचं हे उत्तर आयकून फकर रागानी माघं सरकला.

'तुम्हारे सरदार बापू शेलार का जहन्नुम में जाने का वक़्त अब आ गया. तुम सब लोग इधर देखो.', फकर साऱ्या मावळ्यांकडं बघत वरडला.

सारी नागफनी सुन्न झाली होती. साऱ्यांचं ध्यान फकर अन बापूकडं लागलं होतं.

'आ. आ. आ. आ.', अचानक वरच्या टेकड्यांवरून आवाज येयला लागले.

घेरा घालून डोंगरावर उभे मुगल शिपही धब धब धब करीत खाली लुडकायला लागले. अन वरच्या टेकड्यांवरून तुतारी, शंक अन संबळ वाजायला लागले. संबळम बंबळम. संबळम बंबळम. संबळम बंबळम.

'जय भवानी. जय शिवाजी.', बापूनी जोरात जयघोष दिला.

बापूनी पटकन उठून माघं उभ्या हशमच्या कमरेची कट्यार काढून त्याच्याच पोटात खुपशीली. हे बघताच फकर आपल्या हशमच्या घेऱ्यात शिरला. बापू लगीच आपल्या धोपीकडं पळत सुटले.

रखमानि भी तिला धरून चालीलेल्या हशमाच्या अवघड ठिकानी आपला गुढघा मारला. अन त्याची मान मोडून पळत सुटली.

'धना तुझ्या ज़ाग्यावर ज़ाय.', बापू पळता पळता धनाला म्हनले.

धना लगीच माघं पळत सुटला. ह्या बारचीनं धना आपल्या हातात परशु कुर्हाड धरून झुडपात लपला.

लढाई परत सुरु झाली होती. बिलाल परत त्याच्या पालकीत शिरला होता. फकरनि परत त्याचं डोकं खाजित त्याचे डोळे बारीक केले होते. अजमल आपला जीव वाचीत उतारावर पळत सुटला होता.

'हनमा हान. खंडू घूस.', बापू म्हनले.

'हरं हरं महादेव.', म्हनत बापूनि आपले डोळे मोठे करीत मावळ्यांला बघितलं अन त्यांच्यावर धधकत्या सवराज्याची अंगार शिपडिली.

बापूनि दम घेऊन आपल्या धोपीची मुसुमा आवळीत डोंगरावर बघितलं.

नागफनीच्या वरच्या टेकड्यांवर पोहोचलेल्या बिलालच्या पायदळाला शिलेदार नाना मोहिते अन त्याचे धारकरी पळू पळू मारीत होते. कही बानानी. तर कही भाल्यानि. तर कही कुऱ्हाडीनि. तर कही नुसतं ढकलू ढकलू मारीत होते. कहिनीतर संबळ वाजून टेकड्या हाद्रील्या.

'यवढा उशीर असतो व्हय नान्या?', बापूचे डोळे नानाला बघून म्हनले.

'चुकलं बापू. माघून डोंगरावर चढायला उशीर झाला थोडा.', नानाचे डोळे बापूला बघून म्हनले.

'रायबा. शिवा. उतरा मधी.', बापू म्हनले.

रायबानि भाला सोडला. अन आपल्या दोन्ही हातात दोन परशु कुर्हाडी घेऊन तेव गनिमा मधी शिरला.

शिवा आपला इटा घेऊन परत खंडू पशी पळत सुटला.

‘मल्हारी. नानाकडं जाय.’, बापू म्हनले.

मल्हारी लगीच डोंगरावर हशम माघं पळतच सुटला. पळू पळू दमून गेलेला हशम जाग्यावर बसून आपले दोन्ही हात जोडून गपकन खाली बसला.

‘माफ करो मुझे.’, शिपही मल्हारीला म्हनला.

‘धक्का लागी बुक्का हे येड्या.’, मल्हारी म्हनला.

मल्हारी पटकन त्याच्या जवळ गेला अन तटकन त्याचं मुंडकं उडीलं.

‘अय मल्हारी? मारू नगं ना. झखमी करायचा हुकूम हे. सांगू का बापूला?’, नानानि जोरात मल्हारीला बजावून सांगितलं.

‘हर हर महादेव.’, म्हनत मल्हारी लगीच तिथून सटकून गेला.

‘तोफा सोड खाली.’, बापूनि खंडूला हुकूम दिला.

सळसळ करीत खंडूच्या पट्ट्याच्या पात्यानी तोफांच्या दाव्यांला धरून बसल्याले सारे हातं कापून टाकले. दोन्ही तोफा गडगड करीत गनिमाला चिरडून खाली घसरत घसरत चालल्या होत्या.

‘नाना खाली ढकल साऱ्याला.’, बापूनि नानाला हुकूम दिला.

नाना हातात इटा घेऊन एका बिबट्यावनि सरसर करीत डोंगरावरून खाली पळत सुटला. रागानी भरलेला अजमल घात लावून नानाकडं बघत होता.

‘रखमा. गंगा. खाली ढकला त्यान्हला.’, बापूनि हुकूम दिला.

गंगानि लगीच धनुष्यबान सोडला. अन आपली धोप उपसून ती उताराला पळत सुटली.

रखमा भी आपली धोप घेऊन दुसऱ्या बाजूनी उताराला पळत सुटली.

एव्हाना नाना उतावर आला होता. नाना जवळ जाऊन अजमल आपला दानपट्टा गरा गरा फिरायला लागला. नाना दम घेत त्याच्याकडं बघाय लागला.

‘तुम वैसे भी मुठ्ठीभर हो. ज्यादा देर तक मुग़ल लश्कर के आगे नहीं टिक पाओगे. शिलेदार नाना मोहिते आजा तुझे दिखाता हूँ मौत किसे कहते है.’, अजमल म्हनला.

‘येडं हे करे हे.’, नाना हळूच बडबडला.

नानानि आपल्या डाव्या पायावर झोक देऊन आपल्या उजव्या हातातल्या इटाला खान्द्याच्या झटक्यानि अजमल खानाकडं फेकलं. दुसऱ्याच घडीला इटाचा गोंडा अजमालच्या रक्तानी लाल होऊन नानाच्या हातात परत येऊन बसला.

नाना खाली पडलेल्या अजमल जवळ गेला.

'बापूला धरायचा हुकूम तू दिला होता का?', आपली धोप काढीत नानानी इचारलं.

आपल्या उजव्या खांद्याची फुटलेली वाटी धरून बसलेल्या अजमालला कही सुचत नव्हतं. तेव नुसता नानाकडं बघत होता. त्याची छाती सारि रक्तानी भरली होती.

'बापूला धरायचा हुकूम देतो तू? येडा हे का तू? म्हनशिन का बापू को पकडो? म्हनशिन?', इचारीत इचारीत नानानी आपल्या धोपानी अजमालचा गळा कापला.

बापूला धरायचा हुकूम देनाऱ्या अजमल खानाला नानानी जहन्नुमला जायचा हुकूम दिला.

'नाना? मारू नका ना उगच. नुसतं झखमी करायचा हुकूम हे. सांगू का बापूला?', मल्हारी लांबून नानाला म्हनला.

नाना आपली धोप म्यानात खोशीत हसला.

ठन ठन ठन करीत गंगेची धोप अन अफगान शिपह्याची तलवार नदीकाठी वाजत होती. गंगेच्या झपाट्याला सावरीत सावरीत तेव शिपही माघं माघं सरकत होता. सरकता सरकता त्याचा पाय घसरून तेव शिपही खाली खोल नदीत पडला.

गंगेनी भी लगीच आपल्या धोपीचं टोक खाली धरून नदीत उडी मारली. तेव शिपही पान्यात हात पाय मारितच होता का वरून गंगेची उभी धोप येऊन त्याच्या पाठीत शीरली. गंगेनि आपल्या धोपिला तसच त्या शिपह्याच्या पाठीत सोडून पान्यात डुबकी मारली.

दमलेली गंगा त्या लाल झालेल्या पान्यात उलटं पडून वर ढगाला बघत दम घेत होती. लढून लढून तळपायात पडलेली आग अन गनिमा माघं पळू पळू फुगलेल्या पिंढऱ्यांच्या शिरा आता नदीच्या गार पान्यात विसावा घेत होत्या.

‘अक्का. मराठेच जिंकतेन. माझे अप्पाच जिंकतेन. तू काळजी नको करू. मी हायना अप्पा संगं.’, गंगा ढगातून चाललेल्या कापसाच्या ढिगाला म्हनत हसली.

गंगा मेलेल्या शिपह्याच्या पाठीतून आपली धोप उपसून काठाकडं पव्हत निघली.

तिकडं माथ्यावर एक घोडस्वार हशम बिलालच्या पालकी जवळ आला.

‘क्या हुआ?’, बिलालनी इचारलं.

‘हुज़ूर आगे रास्ता बंद है. बड़े बड़े पत्थर लगे हुए है.’, हशम म्हनला.

‘और कोई रास्ता ढूंढो. जाओ.’, बिलाल म्हनला.

बिलालला आता त्याचं मरन दिसायला लागलं होतं. त्याच्या अंगात काप सुटला होता.

एव्हाना बापूनि अन खंडूनि फकरच्या अंगरक्षकांचा घेरा मोडला. खंडूच्या पट्ट्यानि फकरच्या चारही हशमांला लांब चोपून ठुलं होतं.

बापू अन फकर मधी चाललेल्या थरारक तलवारबाजीत बापूनी फकरचं उजवं मनगट उडून त्याची तलवार खाली पाडली. फकरनि हातातून वाहत्या रक्ताला दाबलं. अन गुडघ्यावर बसला.

‘बापू चुकलो मी. मला पदरात घ्या.’, फकर बापूला म्हनला.

‘लयी उशीर केला विष्णू तू. तरी मी तुला आधीच म्हनत होतो आपल्यात परत यी म्हनुन.’, बापू फकरला म्हनले.

‘मी चुकलो. मलाआआआ.’

पुढं कही म्हनायच्या आतच बापूनी फकरच्या पोटात धोप खुपशिली. मुगल मनसबदार फकर जमालच्या किंचाळ्या सारीकडं पसरल्या.

फकरच्या किंचाळ्या आयकून बिलालला लक्ष्यात आलं होतं का आता पळाल्या शिवाय जीव वाचनार नव्हता. तेव पटकन पालकीतून उतरून घोड्यावर चढला.

‘गुफरान. अब मेरी जान तुम्हारे हाथ में है बेटा. इन मराठों को मैं बाद में देख लूंगा.’, भाम्बरलेला बिलाल त्याचा हशमाला म्हनला.

‘हुज़ूर आपको कुछ नहीं होगा इंशाअल्लाह. आप चलें यहाँ से.

अल्लाहूअखबर.', हशम म्हनला.

'अल्लाहूअखबर.', बिलाल म्हनला.

बिलाल त्याच्या हशमांसंगं जंगलात शिरला. बापू त्याच्यावर ध्यान ठेऊन होते.

'नाना आम्ही जातो.', बापू नानाला म्हनले.

'हा बापू. म्या हायी.', नाना म्हनला.

'खंडू मल्हारीला घी.', म्हनत बापू त्यांच्या घोड्याकडं पळत सुटले.

'मल्हारी चल.', खंडू मल्हारीला म्हनला.

मल्हारी लगीच खंडू माघं पळत सुटला.

नागफनिच्या उतारावर दगडाआड लपून बसलेला सुलतान पहिलवान ज्या मोक्याची वाट बघत होता. तेव मोका आता आला होता. घामानी भिजलेला सुलतान दगडा माघून उठून आपल्या हातात भाला घेऊन रागानी पळत आला. त्यानी माथ्याच्या काठा पशी येऊन आपल्या हातातला भाला जोरात फेकला. तेव भाला उडत उडत जाऊन गनिमाशी झुंज देत असलेल्या हनमाच्या पाठीत खोल शिरला. हनमा आपले डोळे मिचकित अन धोप खाली टेकीत तिथच पारिजातकाच्या घोळक्यात कोसळला.

'हनमाआआ', शिवा हनमाला बघून वरडला.

सुलतानाचा दुसरा भाला त्याच्या हातातून सुटूस्तर शिवाच्या इट्यानि सुलतानची छाती फोडली. इटाच्या पात्याच्या ज़हरनि सुलतानाच्या तोंडातुन फेस काढला.

शिवानि पळत ज़ाऊन पालथं पडलेल्या हनमाचं डोकं आपल्या मांडीवर घेतलं. भाल्याचं टोक हनमाच्या छातीतुन बाहेर निघालं होतं. त्याच्या छातीतून अन पाठीतून रक्ताचा घोळाना फुटला होता. भाल्याच्या जहरचा असर सुरु झाला होता. हनमाचे डोळे बंद झाले होते.

येवढा शूर शिवा पन हनमाचं रक्तं बघून त्याचे भी डोळे पानावले होते.

'अय हनमा तू झोपू नको. बोलत ऱ्हाय माझ्याशी. झोपू नको. आय हनमा उठ. डोळे उघड हनमा.', शिवा रडत रडत म्हनला.

हनमाचे डोळे थोडे थोड उघडले होते.

‘धना. अय धना. पानी आन पटकन. आपला हनमा पडलाय. पानी आन पटकन.’ इकडंतिकडं बघून शिवा मोठ्यानी वरडला.

‘बोलना हनमा. कायी नही होनार. बोलत ऱ्हाय.’, शिवा म्हनला.

हनमाचे होटं हलतांनी बघून शिवानि आपला कान त्याच्या जवळ न्हेला.

‘गगगूळ फुफुफुटाने दी.’, धना कुजबुजला.

शिवा लगीच आपल्या कंबरेत हात घालून गूळ फुटाने काढायला लागला. पन ते काढूस्तर हनमा निघून गेला होता.

मुठीत गूळ फुटाने धरून शिवा ढसा ढसा रडायला लागला. त्याच्या हातातले गुळफुटाने निसटून खाली सांडलेल्या हनमाच्या रक्तात जाऊन पडले. मावळ्यांच्या रक्ताची अन त्यांच्या गुळफुटान्याची दोस्ती कही सुटली नव्हती.

झाडाऊन पडलेले पारिजातकाचे फुलं तर आधीच हनमाच्या रक्तानी लाल झाले होते.

माघं धना आपल्या हातात पान्याची कळशी घेऊन रडत उभा होता.

तिकडं खाली उतारावर सायमाय सायमाय करीत रायबा एका परशु कुर्हाडीनी अंगावर आलेला वार आडून दुसऱ्या परशु कुर्हाडीनी गनिमाची मांडी, गुडघा अन छाताड फोडीत होता.

एव्हाना मुगल लष्कराला ढकलीत ढकलीत लढाई नागफनिच्या पायत्या पोत गेली होती. गंगाला अन रखमाला बघून गनीम घाबरुन गेलं होतं. त्यांही पहिल्यांदाच बायांला खऱ्या खऱ्या लढाईत बधितलं होतं. त्यांच्यात बयांवर वार करनं हराम होतं. पन यांच्यात गनिमाला कापनं लयी भाग्याचं होतं.

घोड्याउन उतरून बापू घाटातल्या दाट आखूड वाटानी पळत होते. त्यांच्या हातात रक्तानी भरलेली धोप होती. चारही बाजूनी किंजळ, कळंब अन आपट्याच्या झाडांचा घेरा होता. सारिकडं चातक अन सातभाईचा कल्ला आयकु येत होता.

पळता पळता बापूला एका बाभळीची नुकतीच मोडलेली फांदी दिसली. ती फांदी बघून गनीम आपल्या आसपास असल्याचा त्यांला भास झाला. ते लगीच त्या बाभळीच्या झुडपाच्या थोडं पुढं जाऊन आपले डोळे बंद करून स्तिर उभा

ऱ्हायले. त्यांनि आपला श्वास मंद केला. त्यांच्या कानाला पक्ष्यांच्या कल्लोळा बेक्षा आसपासची बारीक हालचाल आता जास्त ठळक आयकु येयला लागली होती.

घात लावून बसलेला एक हशम बापूच्या माघच्या झुडपातून हळूच बाहेर निघायला लागला होता. निघता निघता फांदी हल्ल्यामूळं त्याच्या वर बसलेले भुंगे उठले होते. माघच्या झुडपातुन अचानक आलेल्या भुंग्यांच्या आवाजानि बापू सतर्क झाले. त्यांनी आपल्या उजव्या हातातली धोप डाव्या हातात धरुन लगीच कमरेची चपटी कुर्हाड उजव्या हातात घेतली.

हशमची कुर्हाड त्याच्या हातातून निघायच्या आधीच बापूनि माघं वळून त्यांची कुर्हाड त्या हशमकडं फेकली. बापूची कुर्हाड त्या हशमच्या कपाळाच्या अयीन मधल्या भागात जाऊन शिरली. मेंदू फाटल्यामूळं त्याचे डोळे गरकन वर फिरले अन तेव हशम बाभळीच्या काट्यात जाऊन पडला.

त्या झुडपातल्या फांदिऊन उडालेले चमकदार जाम्भळी टपुरे भुंगे आता कळंबाच्या गोल केसरी फुलां भवती घिरख्या घेयला लागले होते.

'खंडू? मल्हारी?', बापूनि जोरात हाक मारली.

बापूच्या खनकेबाज आवाजानि चातक अन सातभाई गप झाले होते.

'बापू. वर या. इकडं या वढ्याकडं.', खंडूनि मोठ्यानी उत्तर दिलं.

बापू लगीच आवाजाकडं पळत सुटले.

एव्हाना बिलाल चांगला खसुन गेला होता. तेव वढ्याकाठी असलेल्या एका गुफेत शिरला होता. गुफेच्या तोंडाच्या जवळ एका मोठ्या दगडा माघं बापू, खंडू अन मल्हारी थांबले.

'किती हे आत?', बापूनि हळूच खंडूला इचारलं.

'दोघंच हेत.', खंडू म्हनला.

'बापू आत जाऊन मारूका त्या खानाला?', मल्हारी मोठ्या उत्साहानी बापूला म्हनला.

बापूनि मल्हारीच्या खांद्यावर आपला हात ठेऊन लांब श्वास घेतला.

'अय दोस्ता. खानाला मारायची शरत कधी नव्हतीच आपली. मुंडकं तोडायची

शरत होती. थांब ना जरा.', बापू मल्हारीला हसत म्हनले.

खंडू अन मल्हारी दोघं भी हसले.

'बिलाल तू चुपचाप आजा बाहर नही तो मैं अंदर बारूद फेकूंगा.', बापू म्हनले.

पन गुफेतून कही उत्तर आलं नव्हतं.

'तेरे ही छावनी से लाया हूआ बारूद है ये. शिवाजी महाराज की कसम खा के बोल रहा हूँ. ये सारा बारूद अंदर फेक दूंगा. जल्दी बहार निकल.', बापू म्हनले.

'हम आ रहे है.', गुफेच्या आतून बीलालचा हशम म्हनला.

'एक एक करके आओ.', बापू म्हनले.

पहिले हात वर करून हशम आला होता.

'फेक ती तलवार अन कट्यार.', मल्हारी त्या हशमला म्हनला.

हशमनि घाबरत घाबरत त्याची तलवार अन कट्यार खाली ठुली.

'इथं खाली बस पटकन.', मल्हारी म्हनला.

मल्हारीनि लगीच त्याला ताब्यात घेऊन आपल्या पाया जवळ बशीलं. तेव हशम मरनाला घाबरून गेला होता. त्या हशमच्या डोळ्यात अफगानिस्तान सोडून इथं येन्याचा पच्छाताप दिसत होता.

'बिलाल अब तू आजा बहार.', बापू म्हनले.

घाबरत घाबरत बिलाल बाहेर आला. बापूनि त्याला धरून तिथच गुफेच्या तोंडावर आपल्या डाव्या बाजूला बशीलं.

'लष्कर घेऊन कुठं निघाला होता तू? खरं सांग पटकन.', बापू म्हनले.

'दिल्लीसे हुकुम था की शिवा जब तक बाहर है तब तक अपनी जागीर फैलाओ.'

'अन तू निघाला वर तोंड करून. मंग आम्ही इथं काय तुझ्यापुढं मुंडकं ठेवायला हे का? व्हय? तुला तव्हाच म्हन्लो होतो मी का सरदारावनि वाग म्हनून.'

'मल्हारी काप त्याला.', बापू मल्हारीला म्हनले.

'हाथ जोड़ता हूँ. बापू तुमको जो चाहिये वो लेलो. पर हम दोनोको यहाँ से जाने दो. मैं दक्कन से चला जाऊंगा. फिर कभी नहीं आऊंगा.', बिलाल बापूला

हात जोडून म्हनला.

‘तू गप. लयी हिंदू मारले आस्तेन त्यानी. वाजेबुल कतल हे तेव. मारुंदी.’

‘मल्हारी पाड बोकडाला.’

हे आयकून त्या हशमचे हातपायच गळले. त्याचा आवाज गेला.

मल्हारीनि लगीच आपली धोप वर घेतली. अन ‘जय भवानी जय शिवाजी’ म्हनत त्या हशमाचं मुंडकं पाडलं.

हे बघताच बिलालचं सारं आंग घामानी भरून गेलं होतं. त्याच्या पायांला थरकाप सुटला होता.

‘मुझे बक्श दो. तुम्हे जो चाहे वो दूंगा.’, बिलाल बोबडं बोबडं बापूला म्हनला.

‘सच बोल रहे हो सरदार बिलाल? मी जे माघन ते देशीन?’

‘अल्लाह कसम जो मांगोगे वो दूंगा.’

‘अम्बाबाई को चढाने के लिए तेरा मुंडका चाहिये.’

हे आयकून बिलालनि मोठमोठ्या धापा टाकीत डोक्याला हात लावला.

‘झालं का?’, बापू म्हनले.

बापूनि लगीच बिलालची मान आपल्या डाव्या बगलात धरली. बिलालची तळमळ सुरु झाली. मरनाच्या भीतीला घाबरलेला बिलाल आपले हातपाय मारायला लागला. बापूच्या हाततलं कडं बिलालच्या गळ्यात रुतायला लागलं. बापूनी आपला बिचवा काढला. अन बिलालचं मुंडकं आपल्या मांडीवर दाबून ते बिलालचा गळा हळूहळू कापायला लागले. जसं जसं बिलालच्या नरड्याचा चिरा फाकत होता तसं तसं बापूची मांडी लाल व्हायला लागली. ‘म्हम्ह म्हम्ह म्हम्ह’ करीत बिलाल जहन्नुमला निघून गेला.

‘अंबाबाईचाआआआ’, मुंडकं चिरीत चिरीत बापू मोठ्ठयानी म्हनले.

‘उधं उधं’, खंडू अन मल्हारी हात वर करून मोठ्ठयानी म्हनले.

हातात बिलालचं मुंडकं धरून अन तोंडानी अंबाबाईचा उधो उधो करीत बापू, खंडू अन मल्हारी नागफनीकडं पळत सुटले.

‘आता एकच वाट उरली जगन्याची. साऱ्या गनिमाचं रघत पिन्याची.’, पळता

पळता बापू म्हनले.

खाली टपकनाऱ्या बिलालच्या रक्ताच्या थेंबांनी माखत चाललेला सोनेरी तपकिरी पाचोळा अचानक फडफडायला लागला होता. कारन कडेकपारीतून अचानक एक फिरकं वारं उठलं होतं. हे वारं नागफनीच्या आंगनातले कैक पानंफुलं आपल्या संगं घेऊन नदीच्या लाटांवर पळत सुटलं होतं. कदाचित महाराजांला खबर द्यायला.

जाता जाता ह्या वार्यानी कही पारिजातक, जास्वंद, सदाफुली अन कन्हेरं हनमाला आर्पन केले होते. अन कही त्याच्या रक्तात सांडलेल्या गूळ फुटाऱ्याला.

***

सकाळचं मखमली धुकं परत ताट मानानी उभ्या शंकरवाडीला अंजरुन गोंजरुन घेत होतं.

आंब्याचे तोरनं, फुलांच्या माळि, केळीचे खांबं, तुपाच्या पंत्या, भगव्या पताका, रुद्री पाठाचे मंत्र, तांदळाच्या अन भुकटीच्या रांगुळ्या अन सवराज्याच्या केसरी केसरी गंधानी शंकराचं मंदीर नटलं होतं.

शिवबाच्या आशिर्वादानी माखलेला हेव मुलुख कुढं पुसत असतो व्हय?

मुखमंडपाच्या शिखरा वर हनुमानाच्या चारही देखन्या मुर्त्या पुन्हा विराजमान झाल्या होत्या.

खाली चाललेल्या गोंधळापासून अलिप्त कमळावर बसलेला मंदिराचा कळस लांब नदीच्या दुसऱ्या टोकाला टक लावून बघत होता.

बापू झेंडूच्या फुलांनी नटलेल्या नंदीचा चंदन, हळद अन अष्टगंधानि श्रृंगार करीत होते.

नंदीच्या बाजूला बसून लहान मुलं मुली रुद्री पाठ म्हनत होते.

मंदिराच्या घेऱ्यात गोकर्ण, गुलबक्षी अन शेवंती संगं आता लाल, पिवळे अन शेंदरे कर्दळं भी शामिल झाले होते.

गोमुखाचं डबकं आता कमळाच्या कळ्यांनी अन फुलांनी भरून गेलं होतं.

धना अन तुळसा गाभाऱ्यात होते.

तुळसा बेलाचे पानं, कमळाच्या कळ्या, तुपाची पन्ति, तांदूळ, धूप, काशीचं पानी, गोकर्ण, गुलबक्षी अन शेवंतीच्या फुलांनी पूजेचं ताट बनवित होती.

धना शिवलिंगाच्या श्रृंगारा साठी स्मशान भुमीतून आनलेला भस्म अन भाताचं पीठ कालीत होता. आनंदानी भरलेला धना गाभाऱ्याच्या एका कोपऱ्यात असलेल्या कृष्णाच्या मूर्तीला बघून अभंग म्हनत होता.

'येथे का रे उभा श्रीरामा.

मनमोहन मेघश्यामा.

धनुष्यबाण काय केले.

कर कटावरी ठेविले.

काय केले वानरदल.

येथे मिळविले गोपाळ.

रामीरामदासी भाव.

तैसा होय पंढरिराव.'

मंदिराच्या आवारात अन नदीच्या काठावर पोरं, पोरी, लहान लहान मुलं, म्हातारे मानसं, बाया, साऱ्यांनी गर्दी केली होती.

लिंबा खाली बसलेले चार धनगरं लांबच्या प्रांतातून खास महाराजांला बघायला आले होते. बापूनी सवता ह्या चौघांचं स्वागत केलं.

शिलेदार नाना मोहिते नेहमीवनि गर्दी पसून लांब उभा राहून साऱ्या हालचाली वर नजर ठेऊन होता.

वडा खाली आचाऱ्याच्या खांद्याला खांदा लावून गंगा प्रसादाची लापशी शिजित होति.

खंडू अन मल्हारी काठावर नंदिवनि टक लावून नदीकडं बघत उभे होते.

'मी म्हनलं होतं ना. आपलं राज़ं येनार हे आपल्या शंकराच्या पाय पडायला. तूम्ही सारे जेवत होते. मी तुला लाडू दिला होता. तव्हा म्हनलं होतं ना?', नदीतून हंडा भरीत गंगा खंडूला म्हनली.

'हा. खरच म्हनली होती तू.', खंडू गंगेला म्हनला.

गंगा हसत हसत हंडा घेऊन आयटीत निघून गेली.

किसन बाबाला आता बसनं होत नव्हतं. म्हनून ते वडाच्या पारावर यटूळा घालून गपचूप पडले होते. पन आपल्या मंदिराला बघून त्यांचं मन आनंदानी उंच आभाळात भरारी घेत होतं.

रखमा अन शिवा घोड्यावर गावाला यढा मारायला गेले होते.

हनमा अन बाजीराव आभाळातून ह्या साऱ्या तयारीवर नजर ठेऊन होते.

पहाटच्या रेशमी कवळ्या उन्हाचा लांबुळका कवडसा चिमुकल्या भारतीच्या झोपडीत शिरून दुधाच्या वाटीत डोकून बघत होता.

कपाळावर चंद्रकोर, केसात कुंदाच्या फुलांचा गजरा अन तांबड्या पोलकं परकर घालून नटलेली भारती आपल्या आजी पशी बसून दुधाच्या वाटीकडं बघत होती. गनिमाच्या हल्ल्या नंतर आता घरात हे दोघंच उरले होते.

आजी कपाळाला चंद्रकोर, हातात हिरव्या बांगड्या अन नवं हिरवं लुगडं घालून कव्हाच तयार व्हऊन बसेली होती. तीनि आपल्या कपकपत्या बोटांनी रात भर दुधाच्या वाटीत बुडून ठुल्याली बारीक रुद्राक्षाची माळ हळूच बाहेर काढली. शंकराच्या गळ्यातल्या सापावनि लपून शिरलेला कवडसा ह्या माळीला आंजरून गोंजरुन घेत होता.

'आजी पन महाराज जवळ येऊन देतेन का गं मला?', भारती तिच्या आजीला म्हनली.

'जास्त जवळ कशाला जायचं तुला? आपलं लांब उभा राहून हि माळ महाराजांच्या हातात द्यायची अन माघं सरकायचं.', तिच्या राखड्या आवाजात आजी म्हनली.

'आजे लयी छान दिसन ना हि माळ राजाला?', रुद्राक्षाच्या माळीकडं एक टक बघत भारती म्हनली.

'हा मंग. खंडुबाचा अवतारच हे तेव.', डोळ्यापुढं महाराजांला आनुन आजी म्हनली.

शेजारच्या झोपडीतल्या दिगंबराचं अजून आवरलं नव्हतं. त्याचे वासरं भी अजुन

डोळेच चोळीत होते.

'खाऊनघी पटापटा. मला भी आवरायचय अजून. महाराज येतच असतेन.', दिगंबरची आई त्याला भाकरगुळाचा मलिदा खाऊ घालीत म्हनली.

गावाला यढा घालून आलेले रखमा अन शिवा आपल्या घोड्यांला बांधीत होते. अचानक नदीकाठी मोठ्यानी 'हरं हरं महादेव' चा जयजयकार सुरु झाला. साऱ्यांच्या नज़रा नदीकडं फिरल्या.

आभाळातून देव अवतरित झाल्यावनि छत्रपती शिवाजी महाराज आपल्या मावळ्यांसंगं नदीच्या धुक्याला सावरत होडीतून तटावर येत होते. होडीच्या पुढच्या टोकाला लावलेल्या भगव्या खाली महाराज आपले दोन्ही हात कटेवर ठेवून उभे होते. होडीला वल्हवता वल्हवता मावळे त्यांच्या राजाला शंकरवाडीच्या महादेवाच्या दर्शनाला आनित होते.

नागफनिचे पानफुलं घेऊन गेलेलं फिरकं वारं भी आता नदीच्या वाटानी होडीला ढकलीत ढकलीत परतलं होतं.

काठावरचे सारे मस्तकं चमकून निघले होते. साऱ्यांचे डोळे उजेडले होते. 'हरं हरं महादेव' च्या जयजयकारानी मंदिर परिसर खनकून गेला होता.

होडी काठावर अली. वाट बघत पान्यात उभे असलेल्या मल्हारी अन खंडूच्या खांद्यांवर महाराजांचे हात टेकले. खांद्यांवर झालेला स्पर्श त्या दोघांच्या जीवनसार्थाला सिद्धी देऊन गेला होता. ते दोघं भी अबोला धरून पान्यातच थांबले होते.

बापूनि त्यांच्या राजाला मुज़रा केला. श्रीरामानि भरताला, कृष्णानी सुदामाला अन शंकरानी नंदीला जशी मिठी मारली होती तशीच मिठी महाराजांनि आपल्या सरदाराला मारली. हे बघून साऱ्या मावळ्यांच्या डोक्यात असलेलं बापूच्या बुद्धी अन त्यांच्या सिद्धीचं गूढ आता उलगडलं होतं. सारे मावळे ह्या दोघांला टक लावून बघत होते. एक त्यांला देव दाखीनारा होता. अन एक सवता देव होऊन दाखीनारा होता.

शंकराची पूजा उरकून महाराज बाहेर येताच साऱ्या लहान लहान मुला मुलींनी

त्यान्हला घेरून टाकलं होतं. एक एक करून राज़ साऱ्या मुलानला जवळ धरून त्यांच्या डोक्यावर हात ठेवित होतं. ह्या लेकरांच्या मस्तकांला झालेला महाराजांचा स्पर्श सवराज्याच्या धगधगत्या यज्ञकुंडाच्या अग्नीला अजून बळ देऊन गेला होता.

भारतीला तर महाराजांनी कडेवर घेतलं होतं. अन तिनं दिलेली रुद्राक्षाची माळ भी आपल्या गळ्यात घातलि होती. लांबून बघत असलेली भारतीच्या आजीला तर कही सुचतच नव्हतं. तिचे डोळे रडत होते. अन मन नाचत होतं.

लेकी, सुना, म्हातारे, नयतरने सारे रांगीत उभा होते. साऱ्यांना नमस्कार करीत करीत राज़ लिंबा खाली बसलेल्या धनगरांपशी येऊन थांबलं.

'शंकरवाडीच्या शंकराचं दरशन करायला अन आमच्या राजाला डोळे भरून बघायला आम्ही लयी लांबून आलोत.', त्यांच्यातला एक धनगर पुढं येऊन महाराजांला म्हनला.

राज़ कहीच न बोलता कवतुकानि त्या धनगराच्या खांद्यावर हात ठेऊन पुढं निघून गेले. ह्या खांद्याला हेव स्पर्श कही नवा नव्हता.

'अक्का कोन हे तेव धनगर?', गंगानि रखमाला इचारलं.

'लांबून आले दिसतेत ते धनगरं. पहिल्यांदाच बघीतलं दिसतंय त्यांही राजाला.', रखमा म्हनली.

असं म्हनतानि रखमाचा गळा दाटून आला होता. आन कसा नही येनार तिचा गळा दाटून? समुद्राऊन खोल, आभाळाऊन उच, हिमालयाऊन विराट, सरदाराचा सरदार, सेनापतीचा सेनापती, बहिर्जी नाईक एक झिजल्यालं घोंगडं अन फाटकं पागोटं घालून लिंबाखाली उभे होते. पन आपल्या मनातलं हे गूढ गंगापुढं उघडायची मुभा रखमाला नव्हती. असं किती तरी खलबतीचं वझं रखमा आपल्या काळजात साचून जगत होती.

'झाडाच्या मुळांचा धर्म खोल ज़मिनीत शिरून अलिप्त राहन्याचा हे. मुळांनि गपचूप राहून खोडाला मज़बुतीनं धरून त्याला जर सलग खुराख पोहोचतं नही केली तर झाडावर हे रंगीबेरंगी फुलं, चमकदार पानं, गुळगुळीत फळं अन त्याच्या भवती घिरक्या घालनारे फुलपाखरं कशे काय येनार?', त्या धनगरांच्या अवती

भवती खेळत असलेल्या लहान लेकरांला बघून रखमाचं मन बडबडलं.

'मंग त्या फुलपाखरांला त्या झाडाच्या मुळांची जानिव असू का नसू.', रखमा आपल्या पानावलेल्या डोळ्यांनी बडबडली.

बापू महाराजांला मंदिरा माघच्या मैदानात घेऊन चालले होते. तिथं शेजारच्या गावांमधून आलेले शंभर सौवाशे लहान लहान पोर्ह पोऱ्ही लयी दिवसा पासून ह्या घडीची तयारी करीत होते. सारे कपाळाला चंद्रकोर, डोक्यावर भगवा फेटा अन कंबरेला पट्टा बांधून आपल्या राजाची वाट बघत होते. त्यांच्या पइकी कहींच्या जवळ ढोल होते. बाकी सारे लेझीम घेऊन उभे होते. एका चिमुकलीच्या हातात लांब भगवा झेंडा होता.

मंदिरा माघच्या टिमटिमत्या वाटात चरत असलेल्या गनानी भी झुडपात लपून आपल्या राजाला डोळे भरून बघितलं होतं.

महाराजांचे पायं मैदानाला लागताच भारतीनि एक मोठ्ठा श्वास घेऊन गारद द्यायला सुरु केलं.

'आस्ते कदम

आस्ते कदम

आस्ते कदम

महारारारराज.

गडपती. भुपती. प्रजापती.

सुवर्णरत्नश्रीपती ।।

अष्टावधानजागृत. अष्टप्रधानवेष्टीत.

न्यायालंकारमंडीत. शस्त्रास्त्रशास्त्र पारंगत ।।

राजनीती धुरंधर. प्रौढप्रताप पुरंदर

क्षत्रियकुलावतंस. सिंहासनाधिश्वर ।।

महाराजाधिराज.

राजा शिवछत्रपती महाराजांचा.', भारती तिच्या बेंबीच्या देठापासून आवाजात काढीत म्हनली.

‘विजय असो.’, सारे म्हनले.

‘राजा शिव छत्रपती महाराजांचा’

‘विजय असो’

‘ओम नमो पार्वती पदे’

‘हरं हरं महादेव’

‘हरं हरं महादेव.’

ढोल ताशा सुरु झाला. साऱ्या पोर्ह पोऱ्हीनि जोमानी लेझीम सुरु केली. हे सारे पोर्ह पोऱ्ही तालीमित अन मर्दानी खेळात परिंद असल्या मुळं त्यांचा नाचायचा बाज़ उधळत चाललेल्या हरनाच्या कळपावनि होता.

ते मल्हारीवनि उडत होते. गंगेवनि घिरख्या घेत होते. साऱ्यांच्या डोळ्यात शिवावनि तेज़ होतं. साऱ्यांच्या गळ्यात धनावनि सूर होता. साऱ्यांमधी हनमा अन रायबावनि ताळमेळ होता. मैदानावर एक भी लेकरू बापूवनि गप उभा नव्हतं. ढोलाच्या तालावर सारे खंडोबाच्या भंडार्यावनि उधळत होते. मैदानाच्या अयीन मधी ती चिमुकली आपल्या हातातल्या उच भगव्या झेंडाला ढोलाच्या तालावर आभाळात झुलवीत होती.

महाराजांचा सहवास लाभलेल्या ह्या चिमुकल्या चिमुकल्या ओवींनीतर खरी हिंदवी सवराज्याची गाथा लिहिली होती.

महाराजांचं मन ह्या पोरांच्या लेझीमला अन उच डुलत असलेल्या भगव्या झेंड्याला बघून प्रसन्न झालं होतं.

इकडं भुतलावर ढोल ताश्याच्या गजरात ‘हरं हरं महादेव’ अन ‘जय भवानी जय शिवाजी’ चं वादळ उठलं होतं. अन तिकडं झेंड्यानी साऱ्या दुध्या निळ्या आकाशाला केसरी करून टाकलं होतं.

Made in United States
North Haven, CT
22 August 2025

72014596R00100